എന്റെ സ്വപ്നപഥങ്ങളിൽ

(കഥാസമാഹാരം)

ബിന്ദു അജാസ്

notionpress.com

INDIA · SINGAPORE · MALAYSIA

ISBN 979-8-90540-407-8

സമർപ്പണം

എന്നെ അനുഗ്രഹിച്ച ദൈവത്തിനും

സ്നേഹനിധികളായ അച്ഛനും

അമ്മയ്ക്കും...

ജീവനിലും ജീവിതത്തിലും പാതിയായ

അജുവേട്ടനും;

മക്കളായ ആതിരയ്ക്കും, അതുലിനും,

അശ്വതിക്കും...

കൂടെപ്പിറപ്പുകളായ മിനി, അമ്പിളി,

രഞ്ജിനി എന്നിവർക്കും...

പ്രിയ കൂട്ടുകാർ സാജനും മിനിക്കും...

ഹൃദയപൂർവ്വം സമർപ്പിക്കുന്നു.

ആമുഖം

ആമുഖം

ജീവിതം ഉദയത്തിനും
അസ്തമയത്തിനും ഇടയിലുള്ള ഒരു
പകൽ മാത്രമാണെന്ന് ഞാൻ
വിശ്വസിക്കുന്നു. ആ
പകൽവെളിച്ചത്തിൽ നാം കണ്ടുമുട്ടുന്ന
മനുഷ്യരും അവർ പങ്കുവെക്കുന്ന
അനുഭവങ്ങളുമാണ് നമ്മുടെ പാതകളെ
നിർണ്ണയിക്കുന്നത്.എന്റെ
സ്വപ്നപഥങ്ങളിൽ എന്ന ഈ
സമാഹാരം വെറുമൊരു
കഥാസമാഹാരമല്ല; മറിച്ച്, എന്റെ
ഉള്ളിലെ അസ്വസ്ഥതകളിൽ നിന്ന്
വിരിഞ്ഞ ചില സ്വപ്നങ്ങളുടെയും
ദൃഢനിശ്ചയങ്ങളുടെയും
അടയാളപ്പെടുത്തലുകളാണ്.
ചുറ്റുമുള്ള വൃദ്ധജനങ്ങളിൽ
എന്നെത്തന്നെ കാണാൻ
തുടങ്ങിയപ്പോഴാണ് വാർദ്ധക്യം എന്നത്
വെറുമൊരു അവശതയല്ല, മറിച്ച്
സ്നേഹവും കരുതലും അർഹിക്കുന്ന

ഒരു സായാഹ്നമാണെന്ന് ഞാൻ
തിരിച്ചറിഞ്ഞത്. എല്ലാവരും
പ്രശ്നങ്ങളെക്കുറിച്ച് മാത്രം സംസാരിച്ചപ്പോൾ,
പരിഹാരങ്ങളെക്കുറിച്ച് ചിന്തിക്കാനാണ്
എന്റെ മനസ്സ് വെമ്പിയത്. അതിന്റെ
ഫലമായാണ് എന്റെ സ്വപ്നങ്ങളിൽ
ഒരു കലാലയം രൂപംകൊള്ളുന്നത്-
മുതിർന്നവർക്ക് തങ്ങളുടെ ബാല്യവും
കൗമാരവും യൗവനവും പങ്കുവെച്ച്,
രോഗങ്ങളെയും ആധികളെയും മറന്ന്
സന്തോഷത്തോടെ പാറിനടക്കാൻ ഒരിടം.
നാളെ, ഞാൻ ജന്മം നൽകിയ ഈ
ഇടത്തിൽ എന്റെ മക്കളുടെ
കരുതലിൽ വിശ്രമിക്കുന്ന ദിനങ്ങൾ
ഞാൻ സ്വപ്നം കാണുന്നു.
അസ്തമയത്തെ ഭയപ്പെടാതെ, അതിനെ
ഒരു മനോഹരമായ യാത്രമൊഴിയായി
വരവേൽക്കാൻ നമുക്ക് ഏവർക്കും
സാധ്യമാകട്ടെ.

ഉള്ളടക്കം

എന്റെ സ്വപ്നപഥങ്ങളിൽ

അസ്തമിക്കാൻ നേരം

"കാണുന്ന വൃദ്ധജനങ്ങളിലെല്ലാം ഞാൻ എന്നെത്തന്നെ കാണാൻ തുടങ്ങിയിരിക്കുന്നു". കാലാന്തരങ്ങളിൽ മനുഷ്യന്റെ പുറംകാഴ്ചകൾ മങ്ങാനും അകക്കാഴ്ചകൾ തെളിയാനും തുടങ്ങും. അവർ അനുഭവിക്കുന്ന ഏകാന്തതയും ദുഃഖങ്ങളും പ്രയാസങ്ങളുമെല്ലാം, ഒരുപക്ഷേ അവരേക്കാളേറെ എന്നിൽ അസ്വസ്ഥത നിറച്ചുകൊണ്ടേയിരുന്നു. സ്നേഹം എന്ന വികാരം എന്നിൽ ചുംബനപൂക്കളായി വിടർന്നുകൊണ്ടേയിരുന്നു; ആ പൂക്കളാൽ ഞാൻ അവരെ പൊതിഞ്ഞു. എന്നിലെ ആത്മസുഗന്ധം ഒതുക്കിവെക്കാൻ എനിക്കാവുമായിരുന്നില്ല. എന്റെ അമ്മയുടെ മാറിലൂടെ ഞാനെന്റെ ചുണ്ടുകളാൽ വലിച്ചെടുത്ത അതേ വാത്സല്യം തന്നെയാണ് ഇന്ന് എന്റെ വാക്കുകളിലൂടെ ഊറിടുന്നതെന്ന്, ഞാൻ പറയാതെതന്നെ അവർക്ക് മനസ്സിലാകുന്നുണ്ടാകാം. ജീവിതത്തിൽ നിന്നും മരണത്തിലേക്കുള്ള യാത്രയിൽ അതിജീവനത്തിനായി നെട്ടോട്ടമോടുമ്പോൾ, അവശതയുടെ തീരത്ത് നിൽക്കുന്ന മാതാപിതാക്കൾ പലപ്പോഴും മക്കൾക്ക് മുന്നിൽ ഒരു ചോദ്യചിഹ്നമായി മാറുന്നു. പ്രശ്നങ്ങളെക്കുറിച്ച് മാത്രം എല്ലാവരും സംസാരിച്ചുകൊണ്ടേയിരുന്നു. എന്നാൽ പരിഹാരങ്ങളെക്കുറിച്ച് ആരുംതന്നെ ചിന്തിക്കുന്നുണ്ടായിരുന്നില്ല.

എന്നിൽ കൂടുകൂട്ടിക്കൊണ്ടിരിക്കുന്ന അസ്വസ്ഥതകളിൽ നിന്നും എനിക്ക് മുക്തി നേടണമായിരുന്നു. അവരുടെ ജീവിതസായാഹ്നങ്ങളിൽ ഒരു നിറദീപം തെളിയിക്കാൻ ഞാൻ ആഗ്രഹിച്ചു. അവർക്കായി ഒരു 'കലാലയം' ഞാൻ എന്റെ സ്വപ്നങ്ങളിൽ പണിതു; യാഥാർത്ഥ്യത്തിലേക്കുള്ള യാത്ര തുടങ്ങുകയും ചെയ്തു. പക്ഷേ, അത് അത്ര എളുപ്പമായിരുന്നില്ല. അവരിൽ ഉറങ്ങിക്കിടക്കുന്നതും ഉറക്കം നടിച്ചുകിടക്കുന്നതുമായ സർഗ്ഗാത്മകതയെ വിളിച്ചുണർത്താനായി ഞാൻ കണ്ട സ്വപ്നങ്ങൾ പിന്നീട് എന്റെ ഉറക്കം കെടുത്താൻ തുടങ്ങി. "ഉറക്കത്തിൽ നമ്മൾ പറയുന്ന നുണകളാണ് സ്വപ്നങ്ങൾ" എന്ന് ആരോ പറഞ്ഞിട്ടുണ്ട്. എന്നാൽ ഉറക്കത്തിൽ പോലും ഞാൻ നുണ പറയില്ലെന്ന്, എന്റെ സ്വപ്നങ്ങളെ യാഥാർത്ഥ്യമാക്കിക്കൊണ്ട് എനിക്ക് ഈ ലോകത്തോട് വിളിച്ചുപറയണം. താൻ പഠിച്ച സ്കൂളിൽ തന്നെ ജോലി ലഭിച്ചു എന്ന് ആത്മാഭിമാനത്തോടെ പറയുന്നവരെപ്പോലെ, നാളെ ഞാൻ ജന്മം നൽകിയ ഈ കലാലയത്തിൽ എന്റെ മക്കളുടെ കരുതലിൽ വന്നുപോകുന്ന ആ നല്ലദിനങ്ങൾ ഞാനും സ്വപ്നം കാണാൻ തുടങ്ങി.

അന്നെനിക്കവരോട് പറയണം, "പണ്ട് എനിക്കും ഉണ്ടായിരുന്നു ഇവിടെ എന്നെപ്പോലെ കുറേ അച്ഛനമ്മമാർ" എന്ന്. ശിശിരകാലത്തിൽ പഴയ ഇലകൾ പൊഴിയുകയും പുതിയവ തളിർക്കുകയും ചെയ്യുന്നത് പോലെ, പൂന്തോട്ടത്തിലെ

പൂമ്പാറ്റകളെപ്പോലെ അവർ പാറിനടന്നു. ഓർമ്മച്ചെപ്പിലടച്ചു സൂക്ഷിച്ച അവരുടെ ബാല്യവും കൗമാരവും യൗവനവുമെല്ലാം അവർ പരസ്പരം പങ്കുവെച്ചു. ശരീരത്തെ ബാധിച്ച വ്യാധിയും മനസ്സിനെ അലട്ടിയ ആധിയും അവരിൽ നിന്നും വിസ്മൃതിയിലാണ്ടുപോയി. പോകാനിടമില്ലാത്തവർ അവരുടെ രാത്രികളും ഞങ്ങൾക്ക് സമ്മാനിച്ചു.

"ഉദയത്തിനും അസ്തമയത്തിനും ഇടയിലുള്ള ഒരു പകൽ മാത്രമാണ് ജീവിതം". നിയോഗങ്ങൾ ചെയ്തുതീർക്കാനുള്ള ചെറിയൊരു ദൂരമാണിതെന്ന് ഞാൻ വിശ്വസിച്ചു. ഉണർന്നപ്പോൾ മനസ്സിലായി, കണ്ട സ്വപ്നങ്ങളിലേക്ക് ഇനിയും ഒരുപാട് ദൂരമുണ്ടെന്ന്. എങ്കിലും, ഉറക്കത്തിൽ പറയുന്ന നുണകളാണ് സ്വപ്നങ്ങളെന്ന് സമ്മതിക്കാൻ അപ്പോഴും എനിക്കാകുമായിരുന്നില്ല. എന്റെ ആ സ്വപ്നങ്ങളെയും നെഞ്ചിലേറ്റി ഞാൻ എന്നിലേക്കടുത്തുകൊണ്ടിരിക്കുന്ന അസ്തമയത്തെ നോക്കി നിന്നു.

വിലയിടപ്പെട്ട സന്ധ്യകൾ

കണ്ട സ്വപ്നങ്ങളെ യഥാർഥ്യമാക്കാനുള്ള എന്റെ യാത്രക്കിടയിൽ ഞാൻ ചിലരെ കണ്ടുമുട്ടി. എന്റെ ആ യാത്രയിൽ ഞാൻ അവരെ കൂടി എന്നോടൊപ്പം കൂട്ടാൻ തീരുമാനിച്ചു.

നമ്മുടെ തീരുമാനങ്ങളാണോ നമ്മുടെ വിധി നിശ്ചയിക്കുന്നത്, അതോ വിധിയാണോ നമ്മെക്കൊണ്ട് ഓരോ തീരുമാനങ്ങൾ എടുപ്പിക്കുന്നത്? കോഴിയാണോ മുട്ടയാണോ ആദ്യം ഉണ്ടായതെന്നു ചോദിക്കുന്നതു പോലെതന്നെ സങ്കീർണ്ണമാണിത്. എന്റെ ഈ തീരുമാനവും എന്റെ വിധി എന്നെക്കൊണ്ട് എടുപ്പിച്ചതാണോ, അതോ എന്റെ തീരുമാനം എന്റെ വിധിയെ മാറ്റിമറിച്ചതാണോ എന്ന് എനിക്കറിയില്ല. എന്തായാലും, ഇവിടെ എന്റെ വിധിയുടെ നിറം മാറിക്കഴിഞ്ഞിരിക്കുന്നു.

ഞാൻ കണ്ട സ്വപ്നങ്ങളും ആശയങ്ങളും ഇന്ന് നടപ്പിലാക്കപ്പെട്ടിട്ടുണ്ട്: പക്ഷേ, അത് എന്നിലൂടെയായിരുന്നില്ല. ഞാൻ കൂടെക്കൂട്ടിയവർ കച്ചവടക്കണ്ണിലൂടെയായിരുന്നു എന്റെ സ്വപ്നങ്ങളെ നോക്കിക്കണ്ടത്. അവർ അതിന് പുതിയ നിറങ്ങൾ നൽകി, പുതിയ ഭാവങ്ങൾ നൽകി. ഒടുവിൽ, പകലിന്റെ അന്ത്യത്തിൽ സന്ധ്യകൾക്ക് അവർ വിലയിട്ടു. അതോടെ എന്റെ സ്വപ്നങ്ങൾ എന്നിൽ നിന്നും അകന്നുപോയി. ചരടുപൊട്ടിയ പട്ടം

ആകാശത്തേക്ക് ഉയർന്നുപോകുന്നത് നോക്കിനിൽക്കുന്ന ഒരു കുട്ടിയുടെ ഹൃദയവേദനയോടെ ഞാൻ അത് നോക്കിനിന്നു.

എല്ലാവരുടെയും എല്ലാ ആഗ്രഹങ്ങളും സഫലമായാൽ പിന്നെ കാലത്തിന് എന്തു പ്രസക്തിയാണുള്ളത്? നാളെകളിൽ എന്റെ സ്വന്തം സ്വപ്നങ്ങളെ എനിക്ക് വിലകൊടുത്തു വാങ്ങേണ്ടി വരുന്ന ദുർവിധിയോർത്ത് ഞാൻ വിതുമ്പി.

പതിയെ പതിയെ അവർ എന്റെ സ്വപ്നങ്ങളുടെ രൂപം തന്നെ മാറ്റാൻ തുടങ്ങി. നിയമങ്ങളും ചട്ടക്കൂടുകളും കൊണ്ട്, പൂക്കളും പൂമ്പാറ്റകളുമായി ഞാൻ കണ്ട ആ മനോഹര സ്വപ്നം വെറുമൊരു പന്നിഫാമിന് തുല്യമായി പരിണമിച്ചു. എന്റെ സ്വപ്നങ്ങൾ വ്യഭിചരിക്കപ്പെട്ടിരിക്കുന്നു; അവയുടെ വിശ്വാസ്യത നഷ്ടപ്പെട്ടിരിക്കുന്നു. വിധി എന്നെ നിസ്സഹായയായി ആ കാഴ്ചയ്ക്ക് മുൻപിൽ നിർത്തി. എന്റെ നിറഞ്ഞ കണ്ണുകളിൽ ആ കാഴ്ചകൾ അവ്യക്തമായിത്തീർന്നു. വെളിച്ചമില്ലാത്ത സന്ധ്യകൾ അവർക്ക് ഭയാനകമായിരുന്നു. എങ്കിലും വിധിയോട് മത്സരിക്കാൻ എനിക്കാകുമായിരുന്നില്ല; കാരണം അത് എനിക്ക് മുൻപേ സഞ്ചരിക്കാൻ തുടങ്ങിയതാണ്.

തകർന്നുപോയ സ്വപ്നങ്ങളെ ചേർത്തുപിടിച്ച് ഞാൻ വിധിക്കു പിന്നാലെ സഞ്ചരിച്ചു. പ്രതീക്ഷയോടെ ഞാൻ അവ വീണ്ടും വരച്ചെടുക്കാൻ ശ്രമിച്ചുകൊണ്ടിരുന്നു; ഞാൻ അവയ്ക്ക് പുതിയ നിറങ്ങൾ നൽകിത്തുടങ്ങി.

അപ്പോഴും, ഓരോ സന്ധ്യയും അതിന്റെ അസ്തമയത്തിനുള്ള ഒരുക്കത്തിലായിരുന്നു.

വിധിക്ക് വിധേയപ്പെടുമ്പോൾ

ചരടറ്റുപോയ എന്റെ പട്ടം നിയന്ത്രണം നഷ്ടപ്പെട്ട്, കാറ്റിന്റെ ദിശകളറിയാതെ കുറച്ചുദൂരം പറന്നുവെങ്കിലും ഒടുവിൽ നിസ്സഹായമായി മണ്ണിൽ പതിച്ചു. എന്റെ ഹൃദയത്തോട് അത്രമേൽ ചേർന്നുനിന്ന ആ പട്ടത്തെ അവിടെ ഉപേക്ഷിച്ചു മടങ്ങാൻ എനിക്ക് തോന്നിയില്ല. തകർന്നുപോയ ചിറകുകളുമായി കിടന്ന അതിനെ ഞാൻ സാവധാനം തിരികെ എടുത്തു.
കാലമേൽപ്പിച്ച ഓരോ മുറിവുകളും സ്നേഹപൂർവ്വം പരിഹരിക്കാൻ ഞാൻ ശ്രമിച്ചു. മുറിഞ്ഞ ചരടുകൾക്ക് പകരം പുതിയൊരു നൂലിൽ അതിനെ ഭദ്രമായി കോർത്തുകെട്ടി ഞാൻ വീണ്ടും എന്റെ സ്വപ്നങ്ങളുമായി യാത്രയായി.

കർമ്മങ്ങൾ തളരാതെ തുടരുക എന്നത് മാത്രമാണ് എന്റെ നിയോഗം.
കർമ്മഫലം നിർണ്ണയിക്കുന്നത് ഈശ്വരനാണ്; നമ്മൾ അതിനെ 'വിധി' എന്ന് വിളിക്കുന്നു. ആ വിധി എന്തായാലും അതിന് വിധേയപ്പെട്ടേ മതിയാകൂ എന്ന തിരിച്ചറിവ് എന്നെ 'ശാന്തയാക്കി'.

ശാന്തിയും സമാധാനവും നിറഞ്ഞ മനോഹരമായൊരു സന്ധ്യ ഞാൻ അവർക്കായി കാത്തുവെച്ചു. പാട്ടും നൃത്തവും മധുരമായ കഥകളും വസന്തം പോലെ ആ ഇടങ്ങളിലേക്ക് വിരുന്നുവന്നു. പൂക്കളിലെ തേൻ

നുകരാൻ ഒഴുകിയെത്തുന്ന ചിത്രശലഭങ്ങളെപ്പോലെ അവർ അവിടേക്ക് വന്നണഞ്ഞു. യാതൊരുവിധ പ്രതിസന്ധികളുമില്ലാതെ, തെളിനീരൊഴുകുന്ന പുഴപോലെ ആ നിമിഷങ്ങൾ അവരിലൂടെ ഒഴുകിക്കൊണ്ടിരുന്നു. കളകളാരവങ്ങളോടെ ഒരിക്കലും വറ്റിവരളാത്ത സ്നേഹത്തിന്റെ പുഴയായി അത് പ്രവഹിച്ചുകൊണ്ടേയിരുന്നു അകലെ ആകാശത്ത് ഞാനുമൊരു മഴമേഘമായി രൂപാന്തരപ്പെടുകയായിരുന്നു. ഒരു പേമാരിയായി പെയ്തൊഴിയാൻ...ഒടുവിൽ ആ പുഴയുടെ ശാന്തതയിൽ ലയിച്ചു ചേരാൻ...വിധി എനിക്കായി കരുതിവെച്ചിരിക്കുന്ന ആ നിമിഷങ്ങളെ പുഞ്ചിരിയോടെ സ്വീകരിക്കാൻ മനസ്സിനെ പാകപ്പെടുത്തിക്കൊണ്ട് ഞാനും കാത്തിരിക്കുന്നു. അസ്തമയങ്ങളിൽ അലിഞ്ഞുചേരാൻ...

ഉദയം മുതൽ അസ്തമയം വരെ

"ഓരോ സൂര്യോദയവും യഥാർത്ഥത്തിൽ അസ്തമയത്തിലേക്കുള്ള മനോഹരമായ ഒരു യാത്രയുടെ തുടക്കമാണ്. ശാന്തമായ കുളിർമയുള്ള പുലരിയിൽനിന്ന് ആരംഭിച്ച്, കത്തിയെരിയുന്ന ഉച്ചവെയിലിന്റെ കാഠിന്യത്തെ അതിജീവിച്ച്, ഒടുവിൽ മൗനമായി അണയാൻ തുടങ്ങുന്ന സന്ധ്യയിലൂടെ ആ പകൽ ഒരു മനോഹരമായ അസ്തമയത്തിലേക്ക് ചേക്കേറുന്നു.","ഈ പ്രയാണത്തിനിടയിൽ വിധി തന്റെ മാന്ത്രികവിരലുകളാൽ പല ചിത്രങ്ങളും വരച്ചുകൊണ്ടിരിക്കുന്നു. ചിലർ വിധിക്കെതിരെ തുഴഞ്ഞു തളർന്നുപോകും; എന്നാൽ മറ്റുചിലർ വിധിയുടെ ഓളങ്ങളിലൂടെ ശാന്തമായി പതിയെ ഒഴുകി നീങ്ങും. നമ്മൾ പിന്നിട്ട വഴികളിലേറ്റ മുറിവുകൾ കാലം ഉണക്കുകയും, ആ മുറിപ്പാടുകൾ നമ്മുടെ മുന്നോട്ടുള്ള യാത്രയിൽ നമുക്ക് വഴികാട്ടുന്ന വിളക്കുകളായി മാറുകയും ചെയ്യും. കേവലം കാഴ്ചകൾക്കപ്പുറം ജീവിതത്തിന്റെ ആഴങ്ങൾ തിരിച്ചറിയുമ്പോഴാണ് ഓരോ പകലും അർത്ഥപൂർണ്ണമാകുന്നത്.", "പ്രത്യാശയിലേക്കുള്ള വാതിലുകളാണ് ഓരോ സ്വപ്നങ്ങളും. മുന്നോട്ടുള്ള ദൂരം നമുക്ക് അളക്കാനാവില്ല. ചില സ്വപ്നങ്ങൾ മരീചിക പോലെയാണ്; കയ്യെത്തും ദൂരത്താണെന്ന് തോന്നും, എന്നാൽ അടുത്തേക്ക് ചെല്ലുന്തോറും അവ അകന്നു പോയിക്കൊണ്ടിരിക്കും. ഈ യാത്രയിൽ

നമുക്ക് കൂട്ടിനായി വർണ്ണാഭമായ പൂക്കളും പാറിപ്പറക്കുന്ന പൂമ്പാറ്റകളും ഉണ്ടാകാം. ഒപ്പം തന്നെ കാലിടറാൻ കല്ലുകളും ചോര പൊടിക്കാൻ മുള്ളുകളും വഴിയിലുടനീളം നമ്മെ കാത്തിരിക്കുന്നുണ്ടാകാം.", "പുഞ്ചിരിയോടെ തലയാട്ടി നിൽക്കുന്ന മനോഹരമായ പുഷ്പത്തിനുള്ളിലും ഒരുപക്ഷേ പ്രാണനെടുക്കുന്ന വിഷാംശം ഒളിഞ്ഞിരിപ്പുണ്ടാകാം. എന്നാൽ, കാഠിന്യമേറിയ കല്ലുകൾക്കുള്ളിൽ പോലും സ്നേഹത്തിന്റെ വറ്റാത്ത ഒരു നീരുറവയും ഉണ്ടാകാം. ജീവിതം എന്നത് വെറുമൊരു പകൽ മാത്രമല്ല, വൈവിധ്യങ്ങളുടെയും വൈരുദ്ധ്യങ്ങളുടെയും ഒരു മഹാസംഗമം കൂടിയാണ്. ചില പകലുകൾ ദൈർഘ്യമേറിയതാകാം, ചിലവ ഹ്രസ്വവും. നമുക്ക് ലഭിച്ചിരിക്കുന്ന ആ സമയപരിധിയിൽ ജീവിതം പരമാവധി മനോഹരമാക്കാൻ ശ്രമിക്കുക.

ബാല്യകാണ്ഡം

നെല്ലിക്ക

ഒരിക്കൽ ദുബായിൽനിന്നും വെക്കേഷന് നാട്ടിൽ വന്നപ്പോഴാണ് അമ്മ ആ വാർത്ത എന്നോട് പറഞ്ഞത്.

"നിന്റെ ജലജ തീ കൊളുത്തി മരിച്ചത് നീ അറിഞ്ഞായിരുന്നോ?"

അതുകേട്ടപ്പോൾ എനിക്കൊരു ഞെട്ടലാണുണ്ടായത്. ജലജ തീ കൊളുത്തി മരിച്ചെന്നോ? സ്വയം തീ കൊളുത്താൻ തക്കവണ്ണമുള്ള ധൈര്യം അവൾക്കുണ്ടായിരുന്നോ? ഞങ്ങളുടെ വീടിനടുത്ത് വാടകയ്ക്ക് താമസിച്ചിരുന്ന നായ്ക്കത്തിയുടെ മകളാണ് ജലജ. പ്രായം എന്നെക്കാൾ കുറവാണെങ്കിലും അവൾ എന്റെ സന്തതസഹചാരിയായിരുന്നു. ജാതിയുടെ മേൽക്കോയ്മ അന്ന് അല്പം കൂടുതലായിരുന്നതിനാലോ എന്തോ, എന്നോട് എപ്പോഴും ഒരു വിധേയത്വം അവൾ പാലിച്ചിരുന്നു. തലയ്ക്കകത്ത് വിവേകത്തിന്റെ വെളിച്ചം അധികം തട്ടാത്ത കാലമായതിനാൽ ആ വിധേയത്വം ഞാൻ നന്നായി ആസ്വദിക്കുകയും ചെയ്തിരുന്നു. എനിക്ക് കുളിക്കാനുള്ള വെള്ളം കിണറ്റിൽനിന്ന് കോരിയെടുത്തും, എന്റെ മുഷിഞ്ഞ വസ്ത്രങ്ങൾ അലക്കിയും അവൾ എപ്പോഴും എന്റെ കൂടെത്തന്നെയുണ്ടായിരുന്നു.മുത്തശ്ശി വീട്ടിലുള്ളതിനാൽ അവൾക്ക് വീടിനകത്തേക്ക്

പ്രവേശനമില്ലായിരുന്നു. എങ്കിലും അമ്മ കാണാതെ അടുക്കളയിൽനിന്ന് പാൽപ്പൊടിയും ഹോർലിക്സും കട്ടെടുക്കാൻ അവൾ എനിക്ക് വലിയ പ്രോത്സാഹനമായിരുന്നു. ഞാൻ കട്ടെടുക്കുന്നതിൽനിന്നും ഒരു പങ്ക് പറ്റി കഴിക്കാനും അവൾ കൂടെയുണ്ടാകും. ശകുന്തളയ്ക്ക് തോഴി അനസൂയ എന്നതുപോലെയായിരുന്നു അന്ന് ഞങ്ങളുടെ ബന്ധം.

ഒരിക്കൽ ഉച്ചയൂണ് കഴിഞ്ഞ് താഴത്തെ പറമ്പിൽ ചുള്ളി പെറുക്കാൻ ചെറിയമ്മമാർക്കൊപ്പം ഞങ്ങളും പോയി. ചെറിയമ്മമാർ വിറക് ശേഖരിച്ച് മരങ്ങൾക്കിടയിലൂടെ നടക്കുമ്പോൾ ഞങ്ങൾ അവർക്കൊപ്പം കളിച്ചുല്ലസിച്ചു നീങ്ങി. പറമ്പിലെ നെല്ലിമരം നിറയെ കായ്ച്ചുനിൽക്കുകയായിരുന്നു. ചെറിയമ്മമാർ ഞങ്ങൾക്ക് നെല്ലിക്കകൾ പറിച്ചുതന്നു. ഒരു നെല്ലിക്ക കടിച്ച് ചവച്ചുകൊണ്ട് ഞാൻ ആ നെല്ലിമരത്തിൽ പതുക്കെ കൈകൾ ഊന്നി. പഞ്ഞിയിൽ തൊട്ടതുപോലെയുള്ള ഒരു അനുഭവം പെട്ടെന്ന് എനിക്കുണ്ടായി. നോക്കിയപ്പോൾ നെല്ലിമരത്തിന്റെ കറുത്ത തൊലികൾ മുകളിലേക്ക് ചലിക്കുന്നു! ഞാൻ അത്ഭുതത്തോടെ സൂക്ഷിച്ചുനോക്കി. പെട്ടെന്ന് ഞാൻ ഞെട്ടിപ്പോയി - അതൊരു കൂട്ടം കരിമ്പട പുഴുക്കളായിരുന്നു! എന്റെ സ്പർശനമേറ്റതും അവ ഒന്നായി മുകളിലേക്ക് നീങ്ങുകയാണ്. ശ്വാസം നിലച്ചുപോയ നിമിഷങ്ങൾ! പേടികൊണ്ട് ഞാൻ വിറയ്ക്കാൻ തുടങ്ങി. ഒന്ന് അനങ്ങാൻ പോലും

കഴിയാതെ ഞാൻ പതുക്കെ ജലജയ്ക്ക് നേരെ കൈകൾ നീട്ടി. ഇതൊന്നുമറിയാതെ അവൾ എനിക്ക് നേരെ അവളുടെ കൈകളും നീട്ടി. ഒട്ടും താമസിക്കാതെ ഞാൻ ആ കൈകളിൽ പിടിച്ച് നെല്ലിമരത്തിലേക്ക് ചേർത്തുവെച്ചു. ജലജയുടെ കൈകൾ നെല്ലിമരത്തിലെ കരിമ്പട പുഴുക്കൾക്കുമേൽ സ്പർശിച്ചതും തൊട്ടടുത്ത നിമിഷം ഞാൻ ഉച്ചത്തിൽ നിലവിളിച്ചു. എന്റെ കരച്ചിൽ കേട്ട് അയൽപക്കത്തുള്ളവർ പോലും ഓടിയെത്തി. പാവം ജലജയ്ക്ക് അപ്പോഴും എന്താണ് സംഭവിച്ചതെന്ന് മനസ്സിലായിരുന്നില്ല. പേടിച്ച് നിലവിളിച്ച എനിക്ക് ശ്വാസം കിട്ടാതെയായി. വിവരമറിഞ്ഞ് അച്ഛൻ കടയിൽനിന്ന് ഓടി വീട്ടിലെത്തി. അവർ എത്ര ശ്രമിച്ചിട്ടും എന്റെ പേടി മാറ്റാനോ കരച്ചിൽ നിർത്താനോ കഴിഞ്ഞില്ല. ഒടുവിൽ അച്ഛൻ എന്നെയും എടുത്ത് ഹോസ്പിറ്റലിലേക്ക് പാഞ്ഞു. അച്ഛന്റെ മരുമകൻ കമ്പോണ്ടർ അപ്പാര് ആയിരുന്നു ലക്ഷ്യം.

വിവരങ്ങൾ അറിഞ്ഞ അപ്പാര് വാത്സല്യത്തോടെ ചിരിച്ചുകൊണ്ട് പറഞ്ഞു: "ഇത്രേയുള്ളൂ കാര്യം, ഇതിപ്പോ ശരിയാക്കിത്തരാം." അദ്ദേഹം പോയി കുറെ തുണികളും ഗ്ലിസറിനുമായി വന്നു. വലിയൊരു ചികിത്സയാണ് എനിക്ക് കിട്ടുന്നതെന്ന ആശ്വാസത്തിൽ ഞാൻ പെട്ടെന്ന് കരച്ചിൽ നിർത്തി. കയ്യിൽ അപ്പാര് വെച്ചുകെട്ടിയ ആ വലിയ കെട്ട് എനിക്ക് നല്ല ആത്മവിശ്വാസം നൽകി.

അച്ഛൻ എന്നെയും കൊണ്ട് തിരികെ വീട്ടിലെത്തി. അപ്പോഴേക്കും നാട്ടുകാരോട് വീട്ടുകാർ കാര്യം വിശദീകരിക്കുന്നത് കേട്ട് ജലജയ്ക്കും കാര്യങ്ങൾ ഏകദേശം മനസ്സിലായിരുന്നു. ഹോസ്പിറ്റലിൽ പോയി കയ്യിൽ വലിയൊരു കെട്ടുമായി വന്ന എന്നെ കണ്ടപ്പോൾ ജലജ സ്വന്തം കൈകളിലേക്ക് ഒന്ന് നോക്കി. പിന്നെ അവൾ അലറിക്കരയാൻ തുടങ്ങി.

"ആ കുട്ടീടെ കൈ ഒന്ന് കഴുകിക്കൊടുത്തേക്കൂ നായ്ക്കത്തിയേ," എന്ന് പറഞ്ഞ് ജലജയുടെ കരച്ചിൽ നിർത്താൻ വഴി നിർദ്ദേശിച്ച് മുത്തശ്ശി എന്നെയും കൊണ്ട് അകത്തേക്ക് കയറിപ്പോയി. ജലജയുടെ കരച്ചിൽ അകത്തിരുന്ന എനിക്ക് കേൾക്കാമായിരുന്നു. ഒടുവിൽ കരച്ചിൽ നിർത്താത്തതിന് നായ്ക്കത്തിയമ്മ അവളെ അടിക്കുന്ന ശബ്ദവും ഞാൻ കേട്ടു. "ഓരോരുത്തരുടെ വിധി അല്ലേ?" അമ്മയുടെ ആ ആത്മഗതം എന്നെ ചിന്തകളിൽനിന്ന് ഉണർത്തി. ഈശ്വരാ... എന്തൊക്കെയായിരുന്നു ഞാൻ ചെയ്തുകൂട്ടിയിരുന്നത്! എനിക്ക് ലജ്ജ തോന്നി. പാവം ജലജ... അവൾ ആത്മഹത്യ ചെയ്തിരിക്കുന്നു.

ദുർമരണപ്പെട്ടവർ പ്രേതങ്ങളായി വരുമെന്ന് മുത്തശ്ശി പറയാറുണ്ട്. ഈശ്വരാ, ഞാൻ ചെയ്തതിന് പകരം വീട്ടാൻ ജലജ പ്രേതമായി വരുമോ? ആ തെറ്റായ ചിന്തയുടെ ശിക്ഷയെന്നോണം കുറെക്കാലം ഞാൻ ആ ഭയം പേറിയാണ് ജീവിച്ചത്. എന്തുചെയ്യാനാണ്, ഇന്നും എന്റെ ഉള്ളിലെ അന്ധവിശ്വാസിയും യുക്തിവാദിയും

തമ്മിൽ ശക്തമായ പിടിവലി
നടന്നുകൊണ്ടേയിരിക്കുന്നു.

എഴുപത്തഞ്ച് 'പ', ഇരുപത്തഞ്ച് 'കു'

മുത്തശ്ശിയും അമ്മയും അമ്മയുടെ നാല് അനുജത്തിമാരും പിന്നെ ഞങ്ങൾ നാല് സഹോദരിമാരും ചേർന്ന ഒരു 'പെൺവീടായിരുന്നു' ഞങ്ങളുടേത്. പുരുഷകേസരിയായി അച്ഛൻ മാത്രമേ ആ വീട്ടിൽ ഉണ്ടായിരുന്നുള്ളൂ. അതുകൊണ്ടുതന്നെ വളരെ കർശനമായ അച്ചടക്കത്തിലായിരുന്നു അമ്മ ഞങ്ങളെയും ചെറിയമ്മമാരെയും വളർത്തിയിരുന്നത്. പുറത്തുനിന്നൊരു മിഠായി പോലും വാങ്ങി കഴിക്കാൻ ഞങ്ങൾക്ക് അനുവാദമുണ്ടായിരുന്നില്ല. അച്ഛന് കച്ചവടമായതുകൊണ്ട് അമ്മ മിക്കപ്പോഴും അച്ഛനോടൊപ്പം കടയിൽ പോകുമായിരുന്നു. ആ സമയങ്ങളിൽ മുത്തശ്ശിയുടെ കർശനമായ ശിക്ഷണത്തിലായിരുന്നു ചെറിയമ്മമാരും ഞങ്ങളും അടങ്ങുന്ന 'പെൺപട' കഴിഞ്ഞുകൂടിയിരുന്നത്.

ഉച്ചയൂണ് കഴിഞ്ഞ് മുത്തശ്ശി ഒന്ന് മയങ്ങുന്നത് പതിവായിരുന്നു. ആ നേരങ്ങളിൽ മാത്രമായിരുന്നു ചെറിയമ്മമാർ തങ്ങളുടെ കൗമാരം യഥാർത്ഥത്തിൽ ആസ്വദിച്ചിരുന്നത്; അവർക്ക് സ്വതന്ത്രമായി ഒന്ന് ശ്വാസം വിടാൻ പോലും കഴിഞ്ഞിരുന്നത് അപ്പോഴായിരുന്നു. അയൽപക്കത്തെ കൂട്ടുകാർക്ക് ഞങ്ങളുടെ വീട്ടിലേക്ക് പ്രവേശനം ലഭിച്ചിരുന്നതും ആ സമയത്താണ്. നേരായ പാതയിൽ നിന്നും ഞങ്ങളെ

ദുർഘടം പിടിച്ച വഴികളിലേക്ക് തള്ളിവിടാൻ അയൽവാസിയായ നായ്ക്കത്തിയുടെ മകൻ സുനിലിന് എപ്പോഴും വലിയ ആവേശമായിരുന്നു.

മുത്തശ്ശി ഉറങ്ങിക്കഴിഞ്ഞാൽ അവൻ അനിയത്തി ജലജയുമായി ഞങ്ങളുടെ വീട്ടിലെത്തും. അങ്ങനെയൊരു ഉച്ചനേരത്താണ് ഈ സംഭവമുണ്ടാകുന്നത്. അന്ന് വന്നപ്പോൾ സുനിലിന്റെ അഞ്ചു വിരലുകളിലും മഞ്ഞ നിറത്തിലുള്ള കുഴൽ രൂപത്തിലുള്ള എന്തോ ഒന്ന് ഉറപ്പിച്ചു വെച്ചിട്ടുണ്ടായിരുന്നു. അവൻ ഓരോ വിരലിൽ നിന്നും അത് കടിച്ചു തിന്നുന്നത് കണ്ടപ്പോൾ ഞങ്ങൾക്ക് വലിയ കൗതുകം തോന്നി. ഞാനും ചേച്ചിയും അതിന്റെ പിന്നാലെ കൂടിയെങ്കിലും അവൻ ഒരല്പം പോലും ഞങ്ങൾക്ക് നൽകിയില്ല. മമ്മദ് കാക്കയുടെ കടയിൽ നിന്നും വാങ്ങിയതാണെന്നും, പൈസ തന്നാൽ വാങ്ങിത്തരാമെന്നും അവൻ ഞങ്ങളോട് പറഞ്ഞു. പക്ഷേ, അവനും കൂടി അതിന്റെ വിഹിതം നൽകണമെന്നതായിരുന്നു ഉപാധി. പക്ഷേ... പൈസ എവിടെ നിന്ന് കിട്ടും?

മിഠായി വാങ്ങാൻ പൈസയ്ക്ക് വേണ്ടി ഞാനും ചേച്ചിയും തലപുകഞ്ഞാലോചിച്ചു. ഒടുവിൽ സുനിൽ തന്നെ ഞങ്ങൾക്ക് ഒരു വഴി ഉപദേശിച്ചു തന്നു— "മോഷ്ടിക്കുക!". അത് കേട്ടതും ഞാനും ചേച്ചിയും ഭയന്നു വിറച്ചുപോയി. എന്നാൽ, സ്വന്തം വീട്ടിൽ നിന്നായതിനാൽ "ഇതിനെ മോഷണം എന്ന് വിളിക്കാൻ പറ്റില്ല" എന്ന് പറഞ്ഞ് അവൻ കാര്യം ലഘൂകരിച്ചു.

മുത്തശ്ശിയുടെ 'വെറ്റിലച്ചെല്ലത്തിൽ' ഇരിക്കുന്ന ചില്ലറത്തുട്ടുകൾ എടുത്താൽ മുത്തശ്ശി ഉറക്കമായതുകൊണ്ട് അറിയുകയേ ഇല്ലെന്ന് അവൻ ഞങ്ങളെ വിശ്വസിപ്പിച്ചു.

മഞ്ഞക്കുഴലുകളോടുള്ള കൊതി മൂത്തപ്പോൾ ഞങ്ങൾ ആ സാഹസത്തിന് മുതിർന്നു. മുത്തശ്ശിയുടെ ചെല്ലത്തിൽ നിന്നും പത്ത് പൈസയുടെയും അഞ്ചു പൈസയുടെയും ഇരുപത് പൈസയുടെയും ചില്ലറത്തുട്ടുകൾ പലതവണയായി ഞങ്ങൾ മോഷ്ടിച്ചു. ആ പണം സുനിലിനെ ഏൽപ്പിക്കുകയും അവൻ വാങ്ങിത്തരുന്ന മഞ്ഞക്കുഴലുകൾ ഞങ്ങൾ ആർത്തിയോടെ തിന്നുകയും ചെയ്തു. മുത്തശ്ശി ഉണരാറായിരുന്നു. പതിവുപോലെ ചെറിയമ്മമാർ തയ്യാറാക്കിയ നാലുമണിപ്പലഹാരം കഴിക്കാനായി സുനിലും ജലജയും ഞങ്ങളോടൊപ്പം കൂടി.

ഭക്ഷണം കഴിക്കാൻ തുടങ്ങിയപ്പോൾ സുനിൽ ഞങ്ങളുടെ പലഹാരം കൂടി അവന് നൽകണമെന്ന് ആവശ്യപ്പെട്ടു. ഞങ്ങൾ അതിന് തയ്യാറായില്ല. പെട്ടെന്നാണ് അവൻ ഉറക്കെ വിളിച്ചു പറഞ്ഞത്: "എഴുപത്തഞ്ച് 'പ', ഇരുപത്തഞ്ച് 'കു'!". ആദ്യം ഞങ്ങൾക്ക് കാര്യം മനസ്സിലായില്ലെങ്കിലും ജലജയാണ് അത് വിശദീകരിച്ചുതന്നത്. എഴുപത്തഞ്ച് പൈസയ്ക്ക് ഇരുപത്തഞ്ച് കുഴലുകളാണ് അവൻ വാങ്ങിത്തന്നതെന്നും, ഞങ്ങൾ പലഹാരം നൽകിയില്ലെങ്കിൽ ഈ മോഷണവിവരം എല്ലാവരോടും പറയുമെന്നുമുള്ള ഭീഷണിയായിരുന്നു ആ കോഡ്

ഭാഷ. പിടിക്കപ്പെടുമെന്ന പേടിയിൽ ഒടുവിൽ മനസ്സില്ലാമനസ്സോടെ ഞങ്ങളുടെ പലഹാരം അവന് വിട്ടുകൊടുക്കേണ്ടി വന്നു.

പിന്നീടങ്ങോട്ട് ആ വാക്കുകൾ ഞങ്ങളുടെ ദുസ്വപ്നമായി മാറി. എപ്പോൾ കണ്ടാലും അവൻ ഈ ഭീഷണി ആവർത്തിച്ചുകൊണ്ടിരുന്നു. ഒടുവിൽ സഹികെട്ടപ്പോൾ ഞാനും ചേച്ചിയും ഒരു തീരുമാനമെടുത്തു; എല്ലാം മുത്തശ്ശിയോട് തുറന്ന് പറയാം. കിട്ടുന്ന ശിക്ഷ എന്തുതന്നെയായാലും അത് പങ്കിട്ടു വാങ്ങാമെന്നുറച്ച് ഞങ്ങൾ മുത്തശ്ശിയോട് സകല കാര്യങ്ങളും ഏറ്റുപറഞ്ഞു.
അങ്ങനെ സുനിലിനെ ഞങ്ങൾ നിരായുധനാക്കി. എല്ലാം കേട്ടുകഴിഞ്ഞപ്പോൾ മുത്തശ്ശി ആദ്യം ഒന്നും മിണ്ടിയില്ലെങ്കിലും പിന്നീട് ഞങ്ങൾ ചെയ്ത തെറ്റിന്റെ ഗൗരവം സ്നേഹത്തോടെ ഞങ്ങളെ പറഞ്ഞു മനസ്സിലാക്കി തന്നു. ഇനി ഒരിക്കലും ഇത് ആവർത്തിക്കില്ലെന്ന് ഞങ്ങളെക്കൊണ്ട് സത്യം ചെയ്യിച്ചു. അതോടെ സുനിലിന്റെ എഴുപത്തഞ്ചു "പ " ഇരുപത്തഞ്ചു "കു " ഒരു നനഞ്ഞ പൊട്ടാത്ത പടക്കമായി തീർന്നു.

പ്രണയതീരങ്ങൾ

നിശബ്ദ പ്രണയം

ജോലി കഴിഞ്ഞ് ഞാൻ മടങ്ങുമ്പോൾ അവൻ എന്നും എനിക്ക് പിന്നിലായി വരുമായിരുന്നു. എന്നോടൊന്ന് മിണ്ടുകയോ എന്തെങ്കിലും പറയുകയോ ചെയ്തില്ലെങ്കിലും, വീടുവരെ അവൻ എന്നെ അനുഗമിക്കുന്നത് ഒരു പതിവായിരുന്നു. സ്കൂളിൽ എനിക്ക് ഒരു വർഷം സീനിയർ ആയിരുന്നു അവൻ. അക്കാലത്തൊന്നും എന്നോട് ഒന്ന് ചിരിക്കുകയോ ഒന്ന് മിണ്ടുകയോ ഉണ്ടായിട്ടില്ല. ഒരു പരിചയം പോലും അവൻ എന്നോട് കാണിച്ചിരുന്നില്ല.

മികച്ച ഒരു വിദ്യാർത്ഥിയും നല്ല ഒരു കലാകാരനുമായിരുന്നതിനാൽ സ്കൂളിൽ എല്ലാവർക്കും അവനെ വലിയ ഇഷ്ടമായിരുന്നു. എന്റെ ഉള്ളിലും അവനോടുള്ള ഒരിഷ്ടം ഞാൻ ആരുമറിയാതെ രഹസ്യമായി സൂക്ഷിച്ചുവെച്ചിരുന്നു.

കഴിഞ്ഞ ഒരു മാസമായി അവൻ ഈ പതിവ് തുടരുന്നു. അവൻ ഒരിക്കലും എന്നെ മറികടന്നു പോകുകയോ നടത്തത്തിന്റെ വേഗത കുറയ്ക്കുകയോ ചെയ്തില്ല. ഒരേ താളത്തിൽ, ഒരു മൗനരാഗത്തിലെന്നപോലെ ഞങ്ങൾ നടന്നുനീങ്ങി. അവന്റെ കണ്ണുകളിൽ വിരിഞ്ഞ പ്രണയം മനോഹരമായ ഒരു കവിത പോലെ ഞാൻ നിശബ്ദമായി വായിച്ചുകൊണ്ടിരുന്നു. എന്റെ കണ്ണുകൾ പറയുന്ന കഥകൾ അവന് മനസ്സിലാകുന്നുണ്ടായിരുന്നോ? അറിയില്ല. അവന്

എന്നോട് എന്തോ പറയാനുണ്ടെന്ന് എനിക്ക് തോന്നിയിരുന്നു; അത് കേൾക്കാൻ ഞാൻ ആഗ്രഹിക്കുകയും ചെയ്തു. പക്ഷേ, അവൻ നിശബ്ദനായി എന്നെ പിന്തുടരുന്നത് തുടർന്നുകൊണ്ടേയിരുന്നു.

ക്രിസ്മസ് - ന്യൂ ഇയർ കാർഡുകൾ വിപണി കീഴടക്കുന്ന നാളുകളായിരുന്നു അത്. ഒരിക്കൽ, തന്റെ പതിവ് മൗനവ്രതത്തിനിടയിൽ അവൻ എനിക്ക് നേരെ ഒരു കവർ നീട്ടി. എന്റെ വീടിന് മുന്നിൽ വെച്ചായിരുന്നു അത്. അപ്രതീക്ഷിതമായതുകൊണ്ട് ഭയന്നുപോയെങ്കിലും ഞാൻ വേഗത്തിൽ അത് വാങ്ങി ബാഗിനുള്ളിലിട്ടു. കിണറ്റിൻകരയിൽ അമ്മ നിൽപ്പുണ്ട്; കണ്ടിട്ടുണ്ടാകുമോ?
ഞാൻ പരിഭ്രമം മറച്ചുവെച്ച് ഒന്നും സംഭവിക്കാത്തതുപോലെ വീടിന്റെ അകത്തേക്ക് കയറിപ്പോയി. അവൻ നീട്ടിയ കവർ ഞാൻ ബാഗിലിടുന്നത് അമ്മ കണ്ടിട്ടുണ്ടെങ്കിൽ ഉറപ്പായും അമ്മ ബാഗ് പരിശോധിക്കുമെന്ന് എനിക്കറിയാമായിരുന്നു. അതുകൊണ്ട് ഞാൻ ആ കവർ ബാഗിൽ നിന്നും മാറ്റി ഒളിച്ചുവെച്ചു. എന്റെ സംശയം ശരിയായിരുന്നു; അമ്മ എന്റെ ബാഗ് പരിശോധിക്കാൻ തുടങ്ങി. ഒന്നും കിട്ടാതെ വന്നപ്പോൾ ചോദ്യം ചെയ്യലായി. പക്ഷേ, ഞാൻ വഴങ്ങിക്കൊടുത്തില്ല. ഭയം കാരണം അന്ന് ആ കവർ തുറന്നുനോക്കാൻ എനിക്ക് കഴിഞ്ഞില്ല. പിറ്റേന്നും അവൻ എനിക്ക് പിന്നാലെ വന്നു. പക്ഷേ, അന്ന് പകുതി ദൂരം മാത്രമേ അവൻ എന്നെ അനുഗമിച്ചുള്ളൂ.

എനിക്ക് വല്ലാത്ത നിരാശ തോന്നി. വീട്ടിലെത്തിയ ഉടനെ ഞാൻ അമ്മ കാണാതെ ഒളിച്ചുവെച്ച കാർഡ് എടുത്തു തുറന്നു നോക്കി. മുകളിൽ "To My Dear" എന്നും ഒടുവിലായി "From Your Dear" എന്നും മാത്രം എഴുതിയിരുന്നു. ഹൃദയം നിറഞ്ഞൊഴുകിയ നിമിഷങ്ങൾ! ഒടുവിൽ അവൻ തന്റെ മനസ്സ് തുറന്നിരിക്കുന്നു.
എന്റെ മനസ്സും അവന് മുന്നിൽ തുറന്നുവെക്കാൻ ഞാൻ തീരുമാനിച്ചു. ഒരു വെള്ള പേപ്പറിൽ ഞാൻ ഒരു ഹൃദയത്തിന്റെ ചിത്രം വരച്ചു; അതിൽ "എന്നും എന്നെന്നും" എന്ന് മാത്രം കുറിച്ചു. പിറ്റേന്ന് ആ കത്തുമായി അവനെ കാത്ത് ഞാൻ നടന്നു. പക്ഷേ അവൻ വന്നില്ല. അന്ന് മാത്രമല്ല, പിന്നീട് ഒരിക്കലും അവൻ എനിക്ക് പിറകെ വന്നില്ല.

വർഷങ്ങൾക്കിപ്പുറം ഒരു ഉത്സവപ്പറമ്പിൽ വെച്ചാണ് ഞാൻ പിന്നീട് അവനെ കാണുന്നത്. അന്ന് ആദ്യമായി അവൻ എന്നോട് ചോദിച്ചു: "സുഖമാണോ?...". അപ്പോഴും ആ കണ്ണുകളിൽ പഴയ ഇഷ്ടം ഒട്ടും ചോർന്നുപോകാതെ നിറഞ്ഞുനിൽക്കുന്നുണ്ടായിരുന്നു. അതിന് പ്രണയത്തിന്റെ ഗന്ധമുണ്ടായിരുന്നോ? അറിയില്ല. പക്ഷേ അതിനെ 'ഇഷ്ടം' എന്ന് വിളിക്കാനാണ് എനിക്കിഷ്ടം. അത് എന്നിലും ഇന്നും ചോർന്നുപോയിട്ടില്ല.

മൂക്കുത്തി

നഷ്ടപ്രണയത്തിന്റെ സ്മാരകമായി ഒരു മൂക്കുത്തി, എന്റെ മൂക്കിലിരുന്ന് എന്നെത്തന്നെ കൊഞ്ഞനം കുത്തിക്കൊണ്ടിരുന്നു. അത് എന്റെ ഭൂതകാലത്തെ അടയാളപ്പെടുത്തി; നിന്റെ ഓർമ്മകൾക്ക് എന്നിലെ ചിരി മായ്ക്കുവാൻ കഴിഞ്ഞു.

എന്നിൽ ആദ്യമായി പ്രണയവസന്തം തളിരിട്ടത് നിന്നിലൂടെയായിരുന്നു. നീയല്ലാതെ ഒരു ലോകം എനിക്കില്ലെന്ന് ഞാൻ വിശ്വസിക്കുകയും, ഞാനല്ലാതെ ഒരു ലോകം നിനക്കില്ലെന്ന് നീ എന്നെ വിശ്വസിപ്പിക്കുകയും ചെയ്ത നാളുകൾ! വിവേകത്തെ വികാരങ്ങൾ കീഴ്പ്പെടുത്തിയതിനാൽ, ചിന്തകൾക്ക് അവിടെ സ്ഥാനമുണ്ടായിരുന്നില്ല. ഒരു ഉറുമ്പ് കടിക്കുന്ന വേദന പോലും സഹിക്കാൻ കഴിയാതിരുന്ന ഞാൻ, നിന്റെ ആഗ്രഹം സഫലീകരിക്കുന്നതിനായി എന്റെ മൂക്കിൽ ഒരു തുളയിട്ടു. നിന്റെ സന്തോഷത്തിന്റെ സൂചകമായി ഞാനതിൽ ഒരു മൂക്കുത്തിയും അണിഞ്ഞു.

പക്ഷേ... ആ മുറിവുണങ്ങും മുൻപ്, അതിനേക്കാൾ വലിയൊരു മുറിവ് എന്റെ ഹൃദയത്തിലുണ്ടാക്കി നീ അതിൽ നിന്നും പുറത്തുവന്നു. അന്ന് എന്റെ കണ്ണിനൊപ്പം മൂക്കും പെയ്തുകൊണ്ടിരുന്നു. അതൊന്നു തുടച്ചുമാറ്റാൻ പോലും നീ തുളച്ചിട്ട ആ മൂക്കുത്തി എനിക്ക് തടസ്സമായി. നിന്നോടൊപ്പം

നടന്നുനീങ്ങിയ ഇടവഴികളിലൂടെ തനിച്ച് നടക്കാൻ എനിക്കാകുമായിരുന്നില്ല. ഹൃദയമില്ലാത്തതിനാൽ നീ എനിക്ക് മുന്നിലൂടെ അലസമായി കടന്നുപോയിക്കൊണ്ടിരുന്നു. ഓരോ തവണ നീ കടന്നുപോകുമ്പോഴും എന്റെ ഹൃദയമിടിപ്പ് കൂടുകയും, നീ ഉണ്ടാക്കിയ മുറിവിന്റെ ആഴം വർദ്ധിക്കുകയും ചെയ്തുകൊണ്ടിരുന്നു.

കാലത്തിന് കണക്ക് ചോദിക്കാനറിയാം; അത് നിന്നെ വീണ്ടും എന്റെ മുന്നിൽ കൊണ്ടെത്തിച്ചിരിക്കുന്നു. ആന്തരിക സൗന്ദര്യം അനശ്വരവും ബാഹ്യസൗന്ദര്യം നശ്വരവുമാണെന്ന് തിരിച്ചറിയാൻ നീ വൈകിപ്പോയി. എന്റെ മൂക്കിലിരുന്ന് ആ മൂക്കുത്തി നിന്റെ വറ്റിവരണ്ട ഹൃദയത്തിലേക്ക് തുളച്ചുകയറുന്നത് ഞാനറിയുന്നുണ്ട്. നീ എന്റെ ഹൃദയത്തിലേൽപ്പിച്ച മുറിവുകളെല്ലാം ഇന്ന് മാഞ്ഞിരിക്കുന്നു. അവിടെ പുതിയൊരു മാധവം വന്നണഞ്ഞിരിക്കുന്നു. എന്റെ മൂക്കുത്തിയിൽ നിന്നും പ്രവഹിക്കുന്ന കിരണങ്ങൾ നിന്നെ തളർത്തുമ്പോൾ, ഞാൻ നിനക്ക് വേണ്ടി പ്രാർത്ഥിക്കും. കാരണം, നിന്നിൽ നിന്നും എന്നെ തുറന്നു വിട്ടതിന് ഞാൻ നിന്നോട് കടപ്പെട്ടിരിക്കുന്നു. എന്നിൽ വന്നണഞ്ഞ എല്ലാ സൗഭാഗ്യങ്ങൾക്കും നീ ഒരു നിമിത്തം ആയിരുന്നു.

മാധവവും മാമ്പൂക്കളും

ഹൃദയത്തിൽ തുളച്ചുകയറിയ മൂക്കുത്തിയുടെ ഭാരം പേറിയാണ് ഞാൻ ഉദ്യാനനഗരിയിലേക്ക് എത്തുന്നത്. ഒരു വിവാഹത്തിൽ പങ്കെടുത്തു തിരിച്ചുപോകേണ്ടിയിരുന്ന എന്നെ വിധി സ്വന്തം തിരക്കഥയിലൂടെ അവിടെ പിടിച്ചുനിർത്തി. അവിടെ വെച്ചാണ് ഒരുപാട് നാളുകൾക്കു ശേഷം ഞാൻ എന്റെ മുറച്ചെക്കൻ കൂടിയായ അദ്ദേഹത്തെ കണ്ടുമുട്ടുന്നത്. നഗരത്തിന്റെ പരുക്കൻ ഭാവങ്ങളും ദുശീലങ്ങളും വേണ്ടുവോളമുണ്ടായിരുന്നെങ്കിലും, അതിന്റെ അഹങ്കാരങ്ങളൊന്നുമില്ലാത്ത ഒരു തനി ബാംഗ്ലൂരുകാരനായിരുന്നു അദ്ദേഹം.കേരളത്തിന്റെ സൗന്ദര്യവും നിഷ്കളങ്കതയും നന്മയും എല്ലാം നിറഞ്ഞൊഴുകുന്ന ഞാനുമായി താരതമ്യം ചെയ്യുമ്പോൾ ഞങ്ങൾക്കിടയിൽ വൈരുദ്ധ്യങ്ങൾ ഏറെയായിരുന്നു. വളരെ അടുത്ത ബന്ധുക്കളായിരുന്നിട്ടും ഒരു വീട്ടിൽ രണ്ട് അപരിചിതരെപ്പോലെ ഞങ്ങൾ കഴിഞ്ഞുപോന്നു. തികച്ചും അപരിചിതമായ ആ നഗരത്തിൽ എന്റെ ഉത്തരവാദിത്തങ്ങൾ അദ്ദേഹത്തിന് ഏറ്റെടുക്കാതെ നിവർത്തിയില്ലാതായി. സിറ്റിയിലേക്കുള്ള എന്റെ യാത്രകൾ മുഴുവൻ അദ്ദേഹത്തിന്റെ ബൈക്കിനു പുറകിലായിരുന്നെങ്കിലും, ഞങ്ങൾക്കിടയിൽ ശൂന്യതയുടെ ഒരു മതിൽ എപ്പോഴും ഉണ്ടായിരുന്നു. എന്റെ സാന്നിധ്യം അദ്ദേഹത്തിന്റെ സ്വതന്ത്രസഞ്ചാരത്തിന് ഒരു വിലങ്ങുതടിയായി മാറി.

വിക്രമാദിത്യന്റെ തോളിലെ വേതാളത്തെപ്പോലെ അദ്ദേഹത്തിന്റെ ബൈക്കിനു പുറകിൽ ഞാൻ എപ്പോഴും ഒഴിവാക്കാൻ പറ്റാത്ത സാന്നിധ്യമായി. ആദ്യമൊക്കെ എനിക്ക് ആ മനുഷ്യനെ പേടിയായിരുന്നെങ്കിലും ഒരുമിച്ചുള്ള യാത്രകൾ പതിവായതോടെ അത് മാറുകയും, അദ്ദേഹത്തിനുള്ളിൽ സ്നേഹമുള്ള ഒരു സിംഹത്തെ ഞാൻ കണ്ടെത്തുകയും ചെയ്തു. ഞാൻ പോലും അറിയാതെ അദ്ദേഹത്തിന്റെ ഒരു കരുതൽ എന്നെ പുതച്ചിരുന്നെന്ന് അനുഭവങ്ങളിലൂടെ ഞാൻ തിരിച്ചറിഞ്ഞു. എങ്കിലും, പരസ്പരം കാണാൻ കഴിയാത്ത മിഴികളെപ്പോലെ ഞങ്ങൾ ഒരുമിച്ച് ഒരേ ദിശയിൽ സഞ്ചരിച്ചുകൊണ്ടിരുന്നു. പതുക്കെ ഞങ്ങൾക്കിടയിലുള്ള ശൂന്യതയുടെ മതിൽ തകർന്നു വീഴാൻ തുടങ്ങി.എന്നോടുള്ള അദ്ദേഹത്തിന്റെ സമീപനത്തിൽ ഒരു മൃദുഭാവം കൈവന്നു. അദ്ദേഹം എന്നെ കൂട്ടുകാർക്കിടയിലേക്ക് കൊണ്ടുപോകാനും പരിചയപ്പെടുത്താനും തുടങ്ങി. എന്നെ പേരെടുത്തു വിളിക്കാനും, അഭിപ്രായങ്ങൾ ചോദിക്കാനും, എനിക്ക് ഓരോ നിർദ്ദേശങ്ങൾ നൽകാനും അത് നടപ്പിലാക്കാൻ സഹായിക്കുവാനും തുടങ്ങി. ഞങ്ങളുടെ ഹൃദയങ്ങൾ തമ്മിൽ കെട്ടുപിണയുന്നത് ഞങ്ങൾ പോലും അറിയുന്നുണ്ടായിരുന്നില്ല.

മാസങ്ങൾ കടന്നുപോയി; ഞാൻ വീണ്ടും നാട്ടിലേക്ക് തിരിച്ചുപോന്നു. അപ്പോഴേക്കും എന്റെ ഹൃദയത്തിൽ മൂക്കുത്തി ഉണ്ടാക്കിയ മുറിവ് ഉണങ്ങിയിരുന്നു;

നിലച്ചുപോയ എന്റെ ഘടികാരം വീണ്ടും ചലിക്കാൻ തുടങ്ങി. അദ്ദേഹത്തിന്റെ കത്തുകൾ എന്നെ തേടിവരാൻ തുടങ്ങി. ഇംഗ്ലീഷിലായതിനാൽ വായിച്ചു മനസ്സിലാക്കാൻ ഞാൻ പ്രയാസപ്പെട്ടുവെങ്കിലും, എന്റെ അസാന്നിധ്യം അദ്ദേഹത്തിലുണ്ടാക്കിയ വിടവ് ഞാൻ അതിലൂടെ മനസ്സിലാക്കി. ഞാൻ മലയാളത്തിൽ അങ്ങോട്ടും കത്തുകൾ അയച്ചു. അത് വായിക്കാൻ അദ്ദേഹത്തിന് കൂട്ടുകാരുടെ സഹായം ആവശ്യമായി വന്നു. വിധി അതിന്റെ ജോലി നന്നായി ചെയ്തുകൊണ്ടിരുന്നു. അതെന്നെ ബാംഗ്ലൂരിലേക്ക് തന്നെ തിരികെ എത്തിച്ചു. ഇത്തവണ പക്ഷേ, തീരത്തണയാനുള്ള തിരയുടെ ആവേശമായിരുന്നു എനിക്ക്. ആ ഉദ്യാനനഗരിയിൽ ഞങ്ങൾ ചിത്രശലഭങ്ങളായി മാറി. അവിടെ ഞങ്ങൾ ഒരുമിച്ച് സ്നേഹത്തിന്റെ വിത്തുകൾ പാകി; അവ മുളപൊട്ടി പ്രണയമായി വളർന്നു. ഞങ്ങളിലെ വൈരുദ്ധ്യങ്ങൾ പരിഭവങ്ങളില്ലാതെ സമന്വയിക്കാൻ തയ്യാറായി. അതെന്നിലേക്ക് വന്നണഞ്ഞ 'മാധവ'മായിരുന്നു. പറിച്ചുനടാനാകാത്ത വിധം ആ മണ്ണിൽ വേരൂന്നി ഞാൻ പൂക്കുകയും തളിർക്കുകയും ചെയ്തു. എന്നിൽ വിരിഞ്ഞ മാമ്പൂക്കളെ തഴുകി ഞങ്ങൾ മനോഹരമായ സ്വപ്നങ്ങൾ നെയ്തു. അവ പതിയെ വിരിയുകയും മാമ്പഴങ്ങളാകുകയും ചെയ്തു. കൊഴിഞ്ഞുവീഴാതെയും പുഴുക്കുത്തുകൾ ഏൽക്കാതെയും ഞങ്ങൾ അവയെ ശ്രദ്ധയോടെ പരിപാലിച്ചു പോന്നു. അവ വളരുകയും വലുതാകുകയും ചെയ്തിരിക്കുന്നു. ഓരോ മാമ്പഴങ്ങളും ഞങ്ങളിലേക്ക് വ്യത്യസ്ത രുചികൾ

പകർന്നു തന്നു. മധുരമുള്ള ആ മാമ്പഴങ്ങളാൽ ഞങ്ങളുടെ ജീവിതവും മധുരമുള്ളതായിക്കൊണ്ടിരുന്നു.

മധുരമീ.. യാത്ര

ശങ്കർദാസും ഹിജടയും

അങ്ങനെ ഞങ്ങളുടെ രണ്ടാമത്തെ മകൻ പ്ലസ് ടു പാസായിരിക്കുന്നു. ഞങ്ങൾക്ക് മൂന്ന് മക്കൾ ആണുള്ളത്. മൂത്തമകൾ രണ്ടു വർഷം മുൻപ് പ്ലസ് ടു കഴിഞ്ഞ ശേഷം എം.ബി.ബി.എസ്.-ന് ഇന്ത്യയിലാണ് പഠിക്കുന്നത്. അന്നുമുതൽ മോനും പറയുന്നതാണ് പ്ലസ് ടു കഴിഞ്ഞാൽ അവനും ഇന്ത്യയിൽ തന്നെ പഠിക്കണമെന്ന്. അവന് പക്ഷേ അമ്മയുടെ നാടായ കേരളം വേണ്ട, അച്ഛന്റെ നാടായ ബാംഗ്ലൂർ മതിയത്രെ. അങ്ങനെ മോനെയും ഇളയമോളെയും കൂട്ടി ഞങ്ങൾ ദുബായിൽ നിന്നും കേരളത്തിലേക്ക് ഫ്ലൈറ്റ് കയറി. അവിടെ ചെന്നു മൂത്തമോളെയും കൂട്ടി വേണം ബാംഗ്ലൂരിലേക്ക് പോകാൻ. മോൻ അവിടെ എൽ.എൽ.ബി.-ക്കാണ് ചേരുന്നത്. ഞങ്ങൾ ബാംഗ്ലൂരിൽ ഫ്ലൈറ്റ് ഇറങ്ങിയശേഷം ഹോട്ടലിൽ റൂം എടുത്ത് കുളിച്ച് ഫ്രഷ് ആയി നേരെ അവന്റെ കോളേജിലേക്ക് പോയി. അവിടത്തെ ഓറിയന്റേഷൻ പ്രോഗ്രാം എല്ലാം കഴിഞ്ഞ് ഹോസ്റ്റലിൽ താമസിക്കാനുള്ള അഡ്മിഷനും എടുത്തശേഷം അവന് ഹോസ്റ്റലിലേക്ക് ബെഡ്ഡും മറ്റ് അവശ്യസാധനങ്ങളും വാങ്ങാനായി ഞങ്ങൾ പുറപ്പെട്ടു.അതിനായി താമസിച്ചിരുന്ന ഹോട്ടലിൽ നിന്ന് ഒരു കാറും വാടകയ്ക്കെടുത്തു ഞങ്ങൾ നഗരത്തിലേക്കിറങ്ങി. യു.പി.ഐ. (UPI) ഒന്നും നിലവിലില്ലാത്ത കാലമാണ്. ക്യാഷിന്റെ ആവശ്യം

കുറച്ചധികം ഉള്ളതിനാൽ കാർ ആദ്യം നേരെ ബാങ്കിലേക്ക് വിടാൻ ഏട്ടൻ ഡ്രൈവർക്ക് നിർദ്ദേശം നൽകി. ഇന്ത്യയിൽ ആയിരത്തിന്റെ നോട്ടുകൾ പിൻവലിച്ചു രണ്ടായിരത്തിന്റെ നോട്ടുകൾ നിലവിൽ വന്ന കാലമാണ്. കയ്യിൽ സൂക്ഷിക്കാൻ എളുപ്പത്തിന് ബാങ്കിൽ നിന്നും ഞങ്ങൾ രണ്ടായിരത്തിന്റെ നോട്ടുകൾ തന്നെ ചോദിച്ചു വാങ്ങി. കുറച്ച് പണം ഏട്ടന്റെ പേഴ്സിൽ വെച്ച ശേഷം ബാക്കി പണം സുരക്ഷിതമായി ബാഗിൽ വെക്കാൻ പറഞ്ഞ് ഏട്ടൻ എന്നെ ഏൽപ്പിച്ചു. പിന്നീട് ഞങ്ങൾ അഞ്ചുപേരും കൂടി ഷോപ്പിങ്ങിനായി പോയി. ഏട്ടൻ ബാംഗ്ലൂരിലാണ് ജനിച്ചു വളർന്നതെങ്കിലും നഗരം ഇപ്പോൾ ഞങ്ങൾക്ക് തീർത്തും അപരിചിതമായി തോന്നി. ഉദ്യാനനഗരി അത്രമേൽ മാറിക്കഴിഞ്ഞിരുന്നു.

കുറച്ച് ദൂരം ഓടിയശേഷം ഡ്രൈവർ കാർ അവിടെ കണ്ട ഒരു സൂപ്പർ മാർക്കറ്റിന് മുൻപിൽ കൊണ്ടുനിർത്തി. "സർ, ബെഡ് ഇവിടെ വാങ്ങാൻ കിട്ടും," അയാൾ പിറകിലേക്ക് തിരിഞ്ഞു നോക്കി ഏട്ടനോട് പറഞ്ഞു. അത്ര വലുതൊന്നുമല്ലെങ്കിലും ഞങ്ങൾക്ക് വേണ്ട സാധനങ്ങൾ എല്ലാം ആ സൂപ്പർ മാർക്കറ്റിൽ കിട്ടുമായിരുന്നു. "നിങ്ങൾ ഇറങ്ങുന്നുണ്ടോ?" ഏട്ടൻ ഞങ്ങളോട് ചോദിച്ചു.

"ഒരു ബെഡ് വാങ്ങാൻ എന്തിനാ എല്ലാരും ഇറങ്ങുന്നത്? നിങ്ങൾ പോയിട്ട് വേഗം വാങ്ങി വന്നാൽ മതി," ഞാൻ പറഞ്ഞു. ഞാനും പെണ്മക്കളും

കാറിനുള്ളിൽ തന്നെ ഇരുന്നു. വെറുതെ എല്ലാരും കൂടെ ഇറങ്ങി സമയം കളയേണ്ടല്ലോ. ബെഡ് വാങ്ങി ഹോസ്റ്റലിൽ കൊണ്ട് വെച്ചിട്ട് വേണം തിരിച്ചു ഞങ്ങൾക്ക് അവന് ഡ്രെസ്സും മറ്റും വാങ്ങാൻ വേണ്ടി പോകാൻ. ഏട്ടനും മോനും ഡോർ തുറന്ന് പുറത്തിറങ്ങി. അവർ നേരെ ഷോപ്പിലേക്ക് കയറിപ്പോയി.

ഞങ്ങൾക്ക് നല്ല ക്ഷീണമുണ്ടായിരുന്നു. ഞാൻ കാറിന്റെ പിൻസീറ്റിലേക്ക് ചാരി വെറുതേ കണ്ണുകൾ അടച്ചു കിടന്നു. മക്കളും നല്ല ഉറക്കത്തിലാണ്. പെട്ടെന്ന് കാറിൽ ആരോ ശക്തിയായി അടിക്കുന്നത് കേട്ടാണ് ഞങ്ങൾ കണ്ണുതുറന്നത്. നോക്കുമ്പോൾ ഗ്ലാസിനുള്ളിലൂടെ കാറിലേക്ക് എത്തിനോക്കിക്കൊണ്ട് പുറത്ത് ഒരു ഹിജഡ നിൽക്കുന്നു! കാറിനു പുറത്ത് ഹിജടയെ കണ്ടതും ഞാൻ പേടിയോടെ ഡ്രൈവറെ നോക്കി. ഭയക്കേണ്ടതില്ലെന്നും അവർ ഹസ്തരേഖ നോക്കണോ എന്ന് ചോദിക്കുകയാണെന്നും അയാൾ എന്നോട് ഇംഗ്ലീഷിൽ പറഞ്ഞു. എനിക്ക് കന്നഡ മനസ്സിലാകാത്തതിനാലാണ് ഞാൻ പരിഭ്രാന്തയാകുന്നതെന്ന് അയാൾ കരുതിയിട്ടുണ്ടാകാം. ഭാഗ്യത്തിനോ നിർഭാഗ്യത്തിനോ അപ്പോഴാണ് ഏട്ടനും മോനും ബെഡും മറ്റും വാങ്ങി അവിടേക്ക് തിരിച്ചെത്തിയത്. ഡിക്കി തുറന്ന് സാധനങ്ങൾ ഉള്ളിൽ വെക്കുന്ന ഏട്ടന്റെ അടുത്തേക്ക് അവർ നടന്നുചെന്നു. കന്നഡയിൽ ഏട്ടൻ ഹിജടയുമായി എന്തൊക്കെയോ സംസാരിക്കുന്നുണ്ടായിരുന്നു. ഞാൻ വല്ലാതെ

അസ്വസ്ഥതയായി. ഒന്ന് വേഗം വന്ന് കാറിൽ കയറുന്നുണ്ടോ? ഞാൻ അവരോട് ദേഷ്യപ്പെട്ടു. അവർ വന്ന് കാറിൽ കയറി. ആ ഹിജട പക്ഷേ ഏട്ടനെ വിടാൻ ഭാവമില്ലായിരുന്നു. അവർ പിന്നാലെ വന്ന് ഏട്ടനോട് കൈനോക്കാൻ നിർബന്ധിച്ചുകൊണ്ടിരുന്നു. ഒടുവിൽ ഏട്ടൻ ശല്ല്യം സഹിക്കവയ്യാതെ അവർക്ക് നേരെ കൈ നീട്ടിക്കൊടുക്കാൻ എന്നോട് ആവശ്യപ്പെട്ടു. എനിക്ക് വല്ലാതെ ദേഷ്യം വന്നു. ഞാൻ അതിന് തയ്യാറാകാതെ ദേഷ്യത്തോടെ തലതിരിച്ചു. ഏട്ടൻ എന്നെ നോക്കി കണ്ണുരുട്ടി. "നീയെന്താ ഈ കാണിക്കുന്നത്? ഇങ്ങനെ മോശമായ രീതിയിൽ ഒരാളോട് പെരുമാറാമോ?" ഏട്ടൻ എന്നെ ശകാരിച്ചു. എത്ര നിർബന്ധിച്ചാലും ഞാൻ എന്റെ കൈ അവർക്ക് മുന്നിലേക്ക് നീട്ടില്ലെന്നു മനസ്സിലാക്കിയ ഏട്ടൻ ഒടുവിൽ സ്വന്തം കൈ തന്നെ അവർക്ക് നേർക്ക് നീട്ടിക്കൊടുത്തു.

അവർ ഏട്ടന്റെ കൈപിടിച്ച് നോക്കിക്കൊണ്ട് കന്നഡയിൽ എന്തൊക്കയോ പറഞ്ഞു തുടങ്ങി. ഇടയ്ക്ക് അവർ എന്നെയും മക്കളെയും ഇരുകൈകളാൽ ഉഴിഞ്ഞു കണ്ണേറ് കളയാൻ എന്നവണ്ണം കൈവിരലുകൾ തലയ്ക്ക് ഇരുവശവും വെച്ച് അമർത്തി ശബ്ദമുണ്ടാക്കുകയും ചെയ്തു. അവർ മക്കളെ തൊട്ടുതലോടുകയും പിന്നെയും എന്തൊക്കെയോ ചെയ്തുകൊണ്ടിരിക്കുകയും ചെയ്തു. അവരെ ശരീരത്തിൽ തൊടാൻ സമ്മതിക്കേണ്ടെന്നു മലയാളത്തിൽ ഞാൻ മക്കളോട് പറഞ്ഞെങ്കിലും അവർ

എന്നെ അനുസരിക്കാൻ തയ്യാറായില്ല. ഇതെല്ലാം കൊണ്ടും ഞാൻ ദേഷ്യത്തിലിരിക്കുമ്പോഴാണ് ആ ഹിജട ഏട്ടനോട് ആവശ്യപ്പെടുന്നത് ഞാൻ കേട്ടത്: "സാറിന്റെ പേഴ്സിൽ നിന്നും ഏതെങ്കിലും ഒരു നോട്ടെടുക്കൂ."

കേട്ടപാതി കേൾക്കാത്തപാതി മൂപ്പര് വേഗം പേഴ്സെടുത്തു തുറന്നു. അതിൽ രണ്ടായിരത്തിന്റെ നോട്ടുകൾ മാത്രമേ ഉണ്ടായിരുന്നുള്ളൂ. ഏട്ടൻ അതിൽ നിന്നും ഒരു രണ്ടായിരത്തിന്റെ നോട്ട് പുറത്തെടുത്തു! 'അഴകിയ രാവണൻ' സിനിമയിലെ ശങ്കർദാസ് ആണോ എന്റെ അടുത്തിരിക്കുന്നതെന്ന് എനിക്ക് ആ ഒരു നിമിഷം തോന്നിപ്പോയി. ഞാൻ പതുക്കെ ആ ഹിജട കാണാതെ അദ്ദേഹത്തിന്റെ തുടയിൽ പിടിച്ചുനുള്ളി. പൈസ പുറത്തെടുക്കേണ്ട എന്ന സൂചന കൊടുക്കുകയായിരുന്നു ഞാൻ. എവിടെ! മൂപ്പര് അറിഞ്ഞ ഭാവം പോലും ഇല്ലായിരുന്നു. വലിയ നോട്ടുകൾ ഒന്നും പുറത്തെടുക്കേണ്ടെന്നും എന്റെ കയ്യിൽ ചില്ലറ നോട്ടുകൾ ഉണ്ടെന്നും ഞാൻ അദ്ദേഹത്തിന്റെ കാതിൽ പറഞ്ഞെങ്കിലും, ആ കാതുകൾ തൽക്കാലം ആ ഹിജടയ്ക്ക് മുന്നിൽ അടിയറവ് വെച്ചതിനാൽ എന്റെ തിരുമൊഴികളെ ആ കാതുകൾ തിരസ്കരിച്ചു.

ഞാൻ കാറിൽ ഇരുന്ന എല്ലാവരെയും ഒന്ന് നോക്കി. മുൻപിൽ ഡ്രൈവർ 'പൊന്നുരുക്കുന്നിടത്ത് പൂച്ചക്കെന്ത് കാര്യം' എന്ന മട്ടിൽ നിർവികാരനായി ഇരിപ്പുണ്ട്. എങ്കിലും അയാൾ റിയർവ്യൂ മിററിലൂടെ

എല്ലാം കാണുന്നുണ്ടെന്നും എനിക്ക് മനസ്സിലായി. ഞാൻ തൊട്ടടുത്ത സീറ്റിലേക്ക് നോക്കുമ്പോൾ ഞങ്ങളുടെ പൊന്നുമോൻ ആകാംക്ഷയോടെ പുറകിലേക്ക് തലതിരിച്ചു പിടിച്ച് ഒരിരിപ്പാണ്. അടുത്തതായി എന്താണ് സംഭവിക്കുന്നതെന്നറിയാനുള്ള ആകാംക്ഷ അവന്റെ കണ്ണുകളിൽ തളം കെട്ടി നിൽക്കുന്നുണ്ടായിരുന്നു.

പറഞ്ഞിട്ട് കാര്യമില്ല, അവർക്കിതെല്ലാം പുതിയ അനുഭവങ്ങളാണല്ലോ. ഞാൻ പുറകിലേക്ക് നോക്കി. ഞങ്ങൾക്ക് പുറകിലിരുന്ന രണ്ട് പെൺമക്കളുടെയും കൃഷ്ണമണികൾ ഒരു സ്പ്രിങ്ങിൽ എന്നവണ്ണം തള്ളി പുറത്തേക്ക് വരികയും, അവ ഞങ്ങളെയും കടന്ന് മുൻപിലായി എത്തി നിൽക്കുന്നതായും എനിക്ക് തോന്നി.

കൈനോട്ടത്തെക്കുറിച്ചും കൂടോത്രത്തെക്കുറിച്ചും എല്ലാം ഞാൻ പറയുമായിരുന്ന എന്റെ ബാല്യകാല കഥകളിൽ മാത്രം കേട്ടിരുന്ന അവർക്ക്, അപ്പോൾ അവിടെ നടന്നുകൊണ്ടിരുന്നതെല്ലാം അത്രയേറെ കൗതുകം നിറഞ്ഞതായിരുന്നു. അന്ന് അവർക്ക് കന്നഡ അറിയാത്തതിനാൽ തർജ്ജമ ചെയ്യാൻ എന്നതിനപ്പുറം ഞാൻ അവിടെ അപ്രസക്തയായിരുന്നു. അവർ എന്നെ ശ്രദ്ധിക്കുന്നുപോലും ഉണ്ടായിരുന്നില്ല.

"സർ, ഇനി ഞാൻ ആ നോട്ട് കൊണ്ട് നിങ്ങളുടെ കുടുംബത്തിലെ എല്ലാവരുടെയും തലവഴി ഉഴിഞ്ഞു സാറിന്റെ കയ്യിൽ തരാം."

ഏട്ടൻ 'ശരി' എന്ന് തലയാട്ടി.

"സർ, പിന്നീട് ഇത് അർഹതപ്പെട്ട ആർക്കെങ്കിലും ഭിക്ഷയായി നൽകണം."

ഏട്ടൻ വിനയകുനിതനായി വീണ്ടും തലയാട്ടി. അവൾ ഏട്ടന്റെ കയ്യിലെ രണ്ടായിരത്തിന്റെ നോട്ട് അതിഭവ്യതയോടെ ഏറ്റുവാങ്ങി. പിന്നീട് അതുകൊണ്ട് ഞങ്ങൾ ഓരോരുത്തരുടെയും തലവഴി ഉഴിയാൻ തുടങ്ങി. അത് കണ്ടപ്പോൾ എന്റെ 'സിക്സ്ത് സെൻസ്' പ്രവർത്തനസജ്ജമായി. എനിക്ക് എന്തോ അപകടം മണക്കാൻ തുടങ്ങി.

അവൾ എന്തൊക്കെയോ ഉരുവിട്ടുകൊണ്ട് ഞങ്ങൾ എല്ലാവരെയും തലവഴി ഉഴിഞ്ഞ ശേഷം ആ നോട്ട് ഏട്ടന്റെ കയ്യിൽ തിരികെ കൊടുത്തു. അത് കണ്ട് ഞാൻ ആശ്വാസത്തോടെ ഒരു നെടുവീർപ്പിടാൻ ഒരുങ്ങവെ, അതിനു മുൻപ് തന്നെ അവൾ ആ നോട്ട് ഏട്ടന്റെ കയ്യിൽ നിന്നും തിരിച്ചെടുത്തു.
"സാറിനി ഇത് ഭിക്ഷ നൽകാൻ വേറെ ആളെ നോക്കി ബുദ്ധിമുട്ടേണ്ടതില്ല, ഇത് ഞാൻ തന്നെ ഭിക്ഷയായി സ്വീകരിച്ചിരിക്കുന്നു" എന്ന് പറഞ്ഞ് ഒരു വളിച്ച ചിരിയും ചിരിച്ച്, ആ രണ്ടായിരത്തിന്റെ നോട്ട് അവളുടെ ബ്ലൗസിനുള്ളിൽ തിരുകിക്കൊണ്ട് അവിടെ നിന്നും ഓടി ആൾക്കൂട്ടത്തിൽ ലയിച്ചു.

സംഭവിച്ചതെന്താണെന്ന് പോലും മനസ്സിലാകാതെ വായും പൊളിച്ച് എന്റെ ശങ്കർദാസ് അപ്പോഴും എന്റെ അടുത്തിരിപ്പുണ്ട്. മക്കൾക്ക് പെട്ടെന്ന് കാര്യം

മനസ്സിലായി. അവർ പൊട്ടിച്ചിരിക്കാൻ തുടങ്ങി. ഡ്രൈവർക്കും ചിരി വരുന്നുണ്ടായിരുന്നു; എങ്കിലും യജമാനഭക്തി കാരണം അയാൾ അത് പുറത്തുവരാതെ അടക്കിവെച്ചു.

ഞാൻ അയാളോട് കാർ മുന്നോട്ടെടുക്കാൻ പറഞ്ഞു. ഞങ്ങൾ വീണ്ടും ഞങ്ങളുടെ യാത്ര തുടർന്നു. എന്റെ തൊട്ടടുത്ത് നിർവികാരനായി എന്റെ ശങ്കർ ദാസ് ഇരിപ്പുണ്ട്. ആജീവനാന്തം കളിയാക്കാനുള്ള ഒരായുധം എന്റെ കയ്യിൽ വെച്ചുതന്നതോർത്ത് ആ ഹൃദയം പിടയുന്നത് അറിഞ്ഞിട്ടും എനിക്ക് ചിരിക്കാതിരിക്കാൻ കഴിഞ്ഞില്ല.

മഞ്ഞുപെയ്യുന്ന രാത്രി

റോത്താൻ പാസ്സിൽ നിന്നും വൈകുന്നേരമായപ്പോഴേക്കും ഞങ്ങൾ സിസ്സുവിലെ ഹോട്ടൽ മുറിയിലെത്തി. റൂം തുറന്ന് അകത്ത് കയറിയതും ഞാൻ എന്റെ മുതുകിലുണ്ടായിരുന്ന ഭാരം വേഗത്തിൽ താഴെ ഇറക്കിവെച്ചു. യാത്ര തുടങ്ങിയിട്ട് ഇപ്പോൾ നാൽപത്തിയെട്ട് മണിക്കൂർ പിന്നിട്ടിരിക്കുന്നു.

ഒന്ന് കിടക്കണം; ഞാൻ നേരെ ബെഡിലേക്ക് ഓടി.

"കുളിക്കുന്നില്ലേ?" മൂത്തമകൾ ആച്യമ്മയുടേതായിരുന്നു ചോദ്യം.

"പിന്നേ ... എന്റെ പട്ടി കുളിക്കും!"

താപനില -16 ഡിഗ്രിയാണ്. ശരീരം മരവിച്ചിട്ട് ഒന്ന് തൊട്ടാൽ പോലും അറിയാൻ കഴിയുന്നില്ല. ഞാൻ ബെഡിൽ നിന്നും പുതപ്പ് വലിച്ചെടുത്ത് ശരീരമാകെ മൂടി.

"എന്നാലേ...അമ്മ, ഇപ്പോൾ പറഞ്ഞ ആ പട്ടിക്കൊപ്പം അമ്മകൂടി അങ്ങ് കുളിച്ചോ.
അവൾ എന്റെ ദേഹത്തുനിന്നും പുതപ്പ് തിരികെ വലിച്ചെടുത്തുകൊണ്ട് പറഞ്ഞു. ഞാൻ ദേഷ്യത്തോടെ അവളുടെ കൈ തട്ടിമാറ്റി.

"അമ്മ ആ അച്ചുവിനെ നോക്ക്," അവൾ ഇളയവളെ ചൂണ്ടിക്കാണിച്ചു. വന്നപാടേ മേലങ്കികളെല്ലാം അഴിച്ചുവെച്ച് കുളിക്കാൻ ഒരുങ്ങുകയാണവൾ. എനിക്ക് അത്ഭുതം തോന്നി. ഈ തണുപ്പൊന്നും ഇവൾക്ക് ഏൽക്കുന്നില്ലേ? ഇതെന്തൊരു ജന്മം!

അച്ചൂമ്മ ആരെയും മൈൻഡ് ചെയ്യാതെ നേരെ വാഷ് റൂമിലേക്ക് കയറി.

"അതേയ്, അച്ചൂമ്മയ്ക്ക് വയസ്സ് 23 ആയിട്ടേയുള്ളൂ. എനിക്ക് വയസ്സ് 50 ആണ്," ഞാൻ അത് കാര്യമാക്കാതെ ആച്യമ്മയെ നോക്കി പറഞ്ഞു.

"അതിന്?" ആച്യമ്മ ചോദ്യഭാവത്തിൽ എന്നെ നോക്കി. "വയസ്സ് വെറും നമ്പറുകൾ മാത്രമാണെന്ന് എപ്പോഴും സിനിമ ഡയലോഗ് അടിച്ചു നടക്കാറുള്ള ആളാണല്ലോ. ഇപ്പോൾ എന്തുപറ്റി? അമ്മയുടെ ഉള്ളിലെ സിംഹം ചത്തോ?"

എന്റെ ഉള്ളിലെ സിംഹത്തെ അത്ര പെട്ടെന്നൊന്നും കൊല്ലാൻ ഉദ്ദേശമില്ലാത്തതിനാൽ, ഞാൻ എഴുന്നേറ്റ് എന്റെ ശരീരത്തെ മൂടിവെച്ചിരുന്ന കോട്ട് ഊരിമാറ്റിക്കൊണ്ട് അവളോട് പറഞ്ഞു:

"അച്ചൂമ്മ കുളിക്കാൻ കയറിയത് കണ്ടില്ലേ?..."

"രണ്ടുപേർക്കും ഒരുമിച്ച് കുളിക്കാൻ പറ്റുമോ? ഇനി അത് കഴിയട്ടെ. അതുവരെ ഒന്ന് കിടക്കാമല്ലോ." അതും പറഞ്ഞ് ബെഡിലേക്ക് ഇരിക്കാനൊരുങ്ങിയ എന്റെ കയ്യിൽ അവൾ ബലമായി പിടിച്ചു വലിച്ച് അടുത്തുള്ള

ചെയറിൽ കൊണ്ടിരുത്തി. എന്നിട്ട് എന്നെ നോക്കി പിറുപിറുത്തു:

"വലിയ ഒ.സി.ഡിക്കാരിയാ (OCD), പക്ഷേ... വൃത്തി തൊട്ടു തീണ്ടിയിട്ടില്ല. എവിടെയെല്ലാം ഉരുണ്ടുപിരണ്ടു വരുന്നതാ! എന്നിട്ടാണ് അതേപടി ആ ബെഡിലേക്ക് വീഴുന്നത്."

കിട്ടിയ അവസരം മുതലാക്കി അവൾ എന്റെ രക്ഷകർത്താവ് ചമയുകയാണോ? ഞാൻ സംശയത്തോടെ അവളെ നോക്കി. എന്റെ നോട്ടത്തിന്റെ അർത്ഥം മനസ്സിലാക്കിയെന്നോണം അവൾ പറഞ്ഞു:

"ഈ യാത്ര കഴിയുമ്പോഴേക്കും അമ്മയുടെ ഒ.സി.ഡി ഞാൻ മാറ്റിത്തരാം." അവൾ
എന്റെ തലയിൽ കിഴുക്കിക്കൊണ്ട് പറഞ്ഞു.

ഈശ്വരാ... ഏതു നേരത്താണോ എന്തോ ഇവളുമാരുടെ കൂടെ ഇറങ്ങി തിരിച്ചത്.ഞാൻ മനസ്സിൽ പറഞ്ഞു.

അച്ചൂമ്മ കുളികഴിഞ്ഞ് വന്നു.

ചെയറിൽ കൂനിക്കൂടിയിരിക്കുന്ന എന്നെ കണ്ട് അവൾ ചോദിച്ചു:

"എന്തുപറ്റി അമ്മാ ? വയ്യേ?"

ഞാൻ ഉദാസീനയായി അവളെ നോക്കി.
"അമ്മയ്ക്കൊരു വയ്യായികയുമില്ല. നീ ഇനി ചോദിച്ച് വയ്യാതാക്കാഞ്ഞാൽ മതി.""എന്നെ ബാത്റൂമിലേക്ക് തള്ളിവിട്ടുകൊണ്ട് ആച്ച്യമ്മ അവളോട് പറഞ്ഞു.

ഞാൻ കുളികഴിഞ്ഞു വന്നപ്പോഴേക്കും അച്ചൂമ്മ ബെഡ് ഹീറ്റ് ആക്കി വെച്ചിരുന്നു. ചൂട് കൂട്ടുന്നതും കുറയ്ക്കുന്നതും എങ്ങനെയെന്ന് അവൾ എനിക്ക് കാണിച്ചുതന്നു. നല്ല ക്ഷീണമുണ്ടായിരുന്നു. ഞാൻ തളർച്ചയോടെ ബെഡിലേക്ക് വീണു. പുതപ്പ് വലിച്ചെടുത്ത് എന്നെ പുതപ്പിച്ച ശേഷം അച്ചൂമ്മ ബാൽക്കണിയിലേക്ക് പോയി. ചില്ലുജാലകത്തിന്റെ വിരികൾ ഇരുവശങ്ങളിലേക്കുമായി അവൾ നീക്കിവെച്ചു.

ബെഡിൽ കിടന്നുകൊണ്ടുതന്നെ ഞാൻ പുറത്തെ കാഴ്ചകൾ കണ്ടു. ചുറ്റിലും മഞ്ഞുമൂടിക്കിടക്കുന്ന കൂറ്റൻ മലനിരകൾ! അവ എന്നെ പുറത്തേക്ക് മാടിവിളിക്കുന്നതായി എനിക്ക് തോന്നി. ഞാൻ പതുക്കെ പുതപ്പിനടിയിൽ നിന്നും പുറത്തിറങ്ങി.

തണുപ്പ് സഹിക്കാൻ കഴിയുമായിരുന്നില്ല. ഞാൻ സ്വെറ്റർ എടുത്തിട്ടുകൊണ്ട് ബാൽക്കണിയിലേക്ക് ചെന്നു.

"ആ ഗ്ലൗസും സോക്സും കൂടി ഇട്ടോളൂ അമ്മാ ... ഇല്ലെങ്കിൽ കൈകാലുകൾ മരവിച്ചുപോകും."

ഞാൻ വീണ്ടും എല്ലാം വലിച്ച് കേറ്റി പുറത്തിറങ്ങി.

മുകളിൽ നിന്നും വെളുത്ത പൂക്കൾ പൊഴിയുന്നത് പോലെ മഞ്ഞ് പെയ്തുകൊണ്ടേയിരുന്നു. ഞാൻ ഒരു അത്ഭുത ലോകത്തെത്തിയതായി എനിക്ക് തോന്നി. സിനിമകളിൽ മാത്രം കണ്ടിരുന്ന കാഴ്ചകൾ ഇപ്പോൾ കൺമുന്നിൽ കാണുകയാണ്.

ഞാൻ ഫോണെടുത്ത് അജുവേട്ടനെയും അല്ലൂട്ടനെയും വീഡിയോ കോൾ ചെയ്യാൻ നോക്കി. ഗ്ലൗസ് ധരിച്ചിരുന്നതിനാൽ ഫോണിൽ ടച്ച് ആകുന്നുണ്ടായിരുന്നില്ല. അച്ചൂമ്മ അവളുടെ കൈയിലെ ഗ്ലൗസ് ഊരിമാറ്റി ഫോൺ വിളിച്ച് എന്റെ കൈയിൽ തന്നു. ഞാൻ കൗതുകത്തോടെ പുറത്തെ കാഴ്ചകൾ അവർക്ക് കാണിച്ചുകൊടുത്തു.

"കുഴപ്പമൊന്നുമില്ലല്ലോ?" അവർ എന്നോട് ചോദിച്ചു.

"നിങ്ങൾ കൂടെയില്ലാത്തതിന്റെ ഒരു വിഷമം മാത്രമേയുള്ളൂ," ഞാൻ മറുപടി നൽകി.

"അതിന് ഇപ്പോൾ ഒന്നും ചെയ്യാൻ പറ്റില്ലല്ലോ..."

ഞങ്ങൾ അമ്മയും പെണ്മക്കളും മാത്രമായി പോയ ഒരു 'ലേഡീസ് ഒൺലി' ട്രിപ്പായിരുന്നു അത്. യാത്രയുടെ വിശേഷങ്ങളെല്ലാം അവരുമായി പങ്കുവെച്ച ശേഷം ഞാൻ ഫോൺ വെച്ചു.

പിന്നീട് ഞാൻ എന്റെ അമ്മയെയും സഹോദരിമാരെയും എല്ലാം വിളിച്ച് അവിടുത്തെ ആ മനോഹരമായ കാഴ്ചകൾ അവർക്കും കാണിച്ചുകൊടുത്തു.

പ്രിയസഖി മിനിയെയും വിളിച്ചെങ്കിലും അവൾ ഫോൺ എടുത്തില്ല.

പുറത്ത് ഇരുട്ട് കൂടിക്കൂടി വന്നു. അതുവരെ മനോഹരമായി തോന്നിയ കാഴ്ചകൾക്ക് പെട്ടെന്ന്

ഭാവം മാറുന്നതായി എനിക്ക് തോന്നി. വല്ലാത്തൊരു ഭീതി എന്റെ ഉള്ളിലേക്ക് ഇരച്ചുകയറി. ഭയാനകമായ ശബ്ദങ്ങൾ എവിടെനിന്നോ കാതുകളിൽ മുഴങ്ങിക്കൊണ്ടിരുന്നു. ഞാനും അച്ചൂമ്മയും മുഖത്തോട് മുഖം നോക്കി. അവൾക്കും ആ മാറ്റം ഇഷ്ടപ്പെടുന്നില്ലെന്ന് എനിക്ക് മനസ്സിലായി. ഞങ്ങൾ വേഗം തന്നെ അകത്തുകയറി വാതിൽ വലിച്ചടച്ചു.

ആച്ച്യമ്മ കുളികഴിഞ്ഞു ഇറങ്ങിയിട്ടേ ഉണ്ടായിരുന്നുള്ളൂ. അത്താഴം ഓർഡർ ചെയ്യാനുള്ള തിരക്കിലാണവൾ. "കുറച്ചു കഴിഞ്ഞാൽ ഒന്നും കിട്ടില്ല," എന്ന് അവൾ മുന്നറിയിപ്പ് നൽകിയെങ്കിലും, ഞാൻ ഒരു കോഫി മാത്രം പറഞ്ഞ് ബെഡിൽ സ്ഥാനം ഉറപ്പിച്ചു.

അപ്പോൾ എന്റെ ഫോൺ ബെല്ലടിച്ചു. മിനിയാണ്! എന്റെ മിസ്സ്ഡ് കോൾ കണ്ട് തിരിച്ച് വിളിക്കുന്നതാണ്

"ന്താടി'?" ഞാൻ ചോദിച്ചു.

"നീ അല്ലേടി പെണ്ണേ എന്നെ വിളിച്ചത്?" അവൾ തിരിച്ചു ചോദിച്ചു.

"ആ... അതെ. അപ്പോൾ നീ എവിടെ പോയി കിടക്കുകയായിരുന്നു?" ഞാൻ തിരക്കി.

"ഞാൻ മേൽകഴുകുകയായിരുന്നു പെണ്ണേ... നിന്നെപ്പോലെയല്ല, എനിക്ക് കുളിയും നനയും ഒക്കെയുണ്ടേയ്!" അവൾ എന്നെ കളിയാക്കിക്കൊണ്ട്

പറഞ്ഞു. "നിന്റെ മണാലി യാത്രയൊക്കെ എങ്ങനെയുണ്ട്?"

"അടിപൊളിയാണ്!"

"നീ എന്തിനാ വിളിച്ചിരുന്നത്?"

"എന്റെ മോളേ... ഞാൻ ഇവിടുത്തെ മനോഹരമായ കാഴ്ചകൾ നിന്നെ ഒന്ന് കാണിക്കാമെന്ന് കരുതി വിളിച്ചതായിരുന്നു."

"ആണോ? എന്നാൽ നീ വീഡിയോ കാൾ വിളി," അവൾ ആവശ്യപ്പെട്ടു.

"ആ... ഇനി നീ പോയി പണി നോക്ക്. പുറത്ത് ഇരുട്ട് മൂടി. ഇനി ഒന്നും കാണില്ല."

"എന്നാൽ നീ രാവിലെ വിളിക്കുമോ?" അവൾ ചോദിച്ചു.

"ആ, അത് വേണമെങ്കിൽ നോക്കാം," ഞാൻ ഫോൺ വെച്ചു.

പുറത്ത് പഞ്ഞിക്കെട്ടുകൾ വീഴുന്നതുപോലെ മഞ്ഞ് വീഴാൻ തുടങ്ങിയിരിക്കുന്നു. കണ്ണാടിച്ചില്ലിലൂടെ ആ കാഴ്ചകൾ കണ്ട് ഞാൻ കിടന്നു. ഒരു ഹൊറർ സിനിമയെ ഓർമ്മിപ്പിക്കും വിധം അവിടുത്തെ സാഹചര്യം മാറിയിരുന്നു. ഭീകരതയുടെ ആഴം കൂട്ടാനെന്ന വണ്ണം പെട്ടെന്ന് വൈദ്യുതിയും നിലച്ചു !

മഞ്ഞുമലകൾക്കിടയിൽ ഒറ്റപ്പെട്ടു കിടക്കുന്ന ആ ഹോട്ടലിൽ ഞങ്ങൾ മൂന്ന് സ്ത്രീകൾ മാത്രം.

റിസപ്ഷനിൽ കണ്ട ആ രണ്ട് യുവാക്കളൊഴികെ മറ്റാരെയും ഞങ്ങൾ അവിടെ കണ്ടിരുന്നില്ല. ഡ്രൈവർ ഞങ്ങളെ അവിടെ കൊണ്ടുവിട്ടശേഷം രാവിലെ തിരിച്ചു വരാമെന്ന് പറഞ്ഞ് മണാലിയിലേക്ക് തന്നെ പോയി. ഞങ്ങൾ എത്ര നിർബന്ധിച്ചിട്ടും അയാൾ അന്ന് അവിടെ നിൽക്കാൻ തയ്യാറായില്ല.

കുറച്ചുകൂടി മുന്നോട്ട് പോയാൽ ആളുകൾ ഉള്ള ഏരിയ ഉണ്ടായിരുന്നുവെങ്കിലും ഒരു ത്രില്ലിന് വേണ്ടി ഈ ഹോട്ടൽ മനഃപൂർവ്വം ഞങ്ങൾ തിരഞ്ഞെടുത്തതാണ്. പക്ഷേ, വേണ്ടിയിരുന്നില്ലെന്ന് ഇപ്പോൾ തോന്നുന്നു. ഇത്രയും 'ത്രില്ല്' എന്റെ ഹൃദയം ഇഷ്ടപ്പെടുന്നില്ലെന്ന് ഞാൻ മനസ്സിലാക്കാൻ തുടങ്ങി.

റിസപ്ഷനിലേക്ക് വിളിച്ച് കറന്റ് പോയ കാര്യം അറിയിക്കാൻ ശ്രമിച്ചുവെങ്കിലും ഫോൺ പ്രവർത്തിക്കുന്നുണ്ടായിരുന്നില്ല. "താഴെ ചെന്ന് പറയാം" എന്ന് ഞാൻ ആച്യമ്മയോട് പറഞ്ഞു. ഞങ്ങൾ ഫോണിലെ ടോർച്ചും അടിച്ച് തപ്പിത്തടഞ്ഞ് താഴെയെത്തി.

റിസപ്ഷനിൽ ആരും ഉണ്ടായിരുന്നില്ല. ഞങ്ങൾ അവിടെയെല്ലാം നടന്നു നോക്കിയിട്ടും ആരെയും കണ്ടില്ല. "ഇദർ കോയി നഹീ ഹേ?" (ഇവിടെ ആരുമില്ലേ?) ഞാൻ എനിക്കറിയാവുന്ന ഹിന്ദിയിൽ വിളിച്ചു ചോദിച്ചു.

ഒരു അനക്കവുമില്ല, ആരെയും കാണാനുമില്ല. അപ്പോഴാണ് ടേബിളിന് മുകളിൽ കിടന്ന ഒരു പേപ്പർ

എന്റെ ശ്രദ്ധയിൽപ്പെട്ടത്. "എന്തെങ്കിലും അത്യാവശ്യമുണ്ടെങ്കിൽ മാത്രം വിളിക്കുക" എന്ന് ഒരു ഫോൺ നമ്പറോടു കൂടി അതിൽ എഴുതിവെച്ചിട്ടുണ്ടായിരുന്നു. ആശ്വാസത്തോടെ ഞങ്ങൾ ആ നമ്പറിലേക്ക് വിളിച്ചു നോക്കി. പക്ഷേ, അതിലേക്ക് കോളുകൾ പോകുന്നുണ്ടായിരുന്നില്ല!

ആകെ നാല് മുറികൾ മാത്രമുള്ള ആ ഹോട്ടലിൽ എല്ലാ മുറികൾക്ക് മുന്നിലും ഓരോ ബോട്ടിൽ വെള്ളം വെച്ചിരിക്കുന്നത് ഞങ്ങളുടെ ശ്രദ്ധയിൽപ്പെട്ടു. അതോടെ ഞങ്ങൾക്ക് ഒരുകാര്യം ഉറപ്പായി; ഇനി ആരെയെങ്കിലും കാണണമെങ്കിൽ നേരം വെളുക്കേണ്ടി വരും.

ഞങ്ങൾ തിരികെ റൂമിലെത്തി. അച്ചൂമ്മ ഉറക്കം തുടങ്ങിയിരുന്നു. അവൾ അങ്ങനെയാണ്; ചുറ്റിലും എന്ത് തന്നെ സംഭവിച്ചാലും അതൊന്നും അവളെ ബാധിക്കില്ല. വളരെ കൂൾ ആണ്.

ഇരുന്നിട്ട് കാര്യമില്ലെന്ന് തോന്നിയപ്പോൾ ഞങ്ങളും ഉറങ്ങാൻ കിടന്നു. കൺപോളകളിൽ ഉറക്കം ഊഞ്ഞാലാടിക്കൊണ്ടിരിക്കുന്നുണ്ടായിരുന്നുവെങ്കിലും ഭയം കാരണം എനിക്ക് ഉറങ്ങാൻ കഴിഞ്ഞില്ല. ഒടുവിൽ അന്ത്യയാമത്തിലെപ്പോഴോ നിദ്ര വന്നെന്റെ കണ്ണുകളിൽ കൂടണഞ്ഞു. കുറച്ചു കഴിഞ്ഞപ്പോൾ ബെഡിൽ തനിക്കരികിൽ ഭീകരരൂപിയായ ഒരു മഞ്ഞു മനുഷ്യൻ വന്നു കിടക്കുന്നതും, അയാളുടെ ബലിഷ്ഠമായ കരങ്ങൾ എന്നെ വരിഞ്ഞുമുറുക്കുന്നതും ഞാൻ അറിഞ്ഞു. എനിക്ക് അനങ്ങാൻ കഴിയുമായിരുന്നില്ല.

അയാൾ പതുക്കെ ആദ്യം എന്റെ ചുണ്ടുകളിലും പിന്നീട് മൂക്കിലും ചുംബിച്ചു. അയാൾ ചുംബിക്കുന്നിടമെല്ലാം നിശ്ചലമാകാൻ തുടങ്ങുകയായിരുന്നു. ഒടുവിൽ ആ ചുംബനമേറ്റ് എന്റെ ശരീരം മുഴുവൻ നിശ്ചലമായി. ശ്വാസോച്ഛ്വാസം എടുക്കാൻ പോലും കഴിയാതെ ഞാൻ മരവിച്ചു കിടന്നു. എന്റെ അടഞ്ഞ കണ്ണുകൾക്കിടയിലൂടെ നീർച്ചാലുകൾ ഒഴുകി തുടങ്ങി. ആ രാക്ഷസന്റെ കയ്യിൽ നിന്നും വേഗം രക്ഷപ്പെടാൻ എന്റെ ഉള്ളിൽനിന്ന് ആരോ വിളിച്ചു പറയുന്നുണ്ടായിരുന്നു. ഞാൻ എന്റെ സർവ്വശക്തിയുമെടുത്ത് അതിനായി ശ്രമിച്ചുകൊണ്ടിരുന്നു. ഒടുവിൽ ഞാൻ അലറിവിളിച്ചുകൊണ്ട് ബെഡിൽ എഴുന്നേറ്റിരുന്നു. എന്റെ ശരീരമാകെ മരവിച്ചിരിക്കുന്നു. കറന്റ് ഇല്ലാത്തതിനാൽ ബെഡ് ഹീറ്റ് ആകുന്നുണ്ടായിരുന്നില്ല. തണുപ്പേറ്റ് എന്റെ ശരീരം മരവിച്ചിരിക്കുകയാണ്. സ്വപ്നത്തിനും യാഥാർത്ഥ്യത്തിനും ഇടയിൽപ്പെട്ടു കിടക്കുകയായിരുന്നു ഞാനെന്ന് അപ്പോൾ മാത്രമാണ് എനിക്ക് മനസ്സിലായത്.

ഞാൻ ചുറ്റും നോക്കി. അച്ചൂമ്മ അടുത്ത് കിടക്കുന്നുണ്ട്. ഇവൾ മനുഷ്യസ്ത്രീ തന്നെയാണോ എന്ന് ഞാൻ സംശയിച്ചുപോയി. കാരണം ഇതൊന്നും തന്നെ അവളെ ബാധിക്കുന്നുണ്ടായിരുന്നില്ല.

മുറിയിലെങ്ങും ആച്യമ്മയെ കാണുന്നുണ്ടായിരുന്നില്ല. "ഈ പുലർകാലത്തിൽ ഇവൾ ഇത് എവിടെപ്പോയി?"

ഞാൻ വേഗം പുറത്തിറങ്ങി. പേടികാരണം ഒന്ന് മടിച്ചുവെങ്കിലും ഞാൻ രണ്ടും കൽപ്പിച്ച് മുന്നോട്ട് പോയി. ഞാൻ ഇവളെ എവിടെപ്പോയി തേടിപ്പിടിക്കാനാണ്? എനിക്ക് സങ്കടവും ദേഷ്യവും ഒക്കെ വരുന്നുണ്ടായിരുന്നു. ഹോട്ടലിന് ചുറ്റും മഞ്ഞാൽ മൂടപ്പെട്ടിരിക്കുന്നു. പുറത്തെങ്ങും ആരെയും കാണാനില്ലായിരുന്നു. ഉൾഭീതിയോടെ ഞാൻ പതുക്കെ പഞ്ഞികണക്കെ പരന്നുകിടക്കുന്ന മഞ്ഞിലേക്ക് കാലെടുത്തുവെച്ചു. എനിക്ക് ഇതെല്ലാം പുതിയ അനുഭവങ്ങളായിരുന്നു. ഒരു സ്വപ്നലോകത്തെന്നപോലെ ഞാൻ പതുക്കെ നടന്നു.

എവിടെനിന്നോ ഒരു പട്ടി എന്റെ അടുത്തേക്ക് ഓടിവന്നു. എത്ര ആട്ടിയോടിച്ചിട്ടും അത് എന്നെ വിട്ടുപോകുന്നുണ്ടായിരുന്നില്ല. അകലെനിന്നും ഒരാൾ നടന്നുവരുന്നത് എന്റെ ശ്രദ്ധയിൽപ്പെട്ടു. എനിക്ക് ആശ്വാസം തോന്നി; ഒരാളെയെങ്കിലും കാണാൻ കഴിഞ്ഞല്ലോ!

അയാൾ പുഞ്ചിരിച്ചുകൊണ്ട് എന്റെ അടുത്തേക്ക് വന്നു. ആ പട്ടിക്കൊപ്പം ചെല്ലാൻ അയാൾ എന്നോട് ഹിന്ദിയിൽ ആവശ്യപ്പെട്ടു. ഇവിടുത്തെ ഏതോ സ്ഥലം കാണിച്ചുതരാനാണ് ആ പട്ടി എന്നെ പിന്തുടരുന്നതെന്ന് അയാൾ പറഞ്ഞു. ഞാൻ പതുക്കെ പട്ടിക്ക് പിന്നാലെ നടന്നു. അത് എന്നെ മഞ്ഞുമലകൾക്കിടയിലുള്ള മനോഹരമായ ഒരു വെള്ളച്ചാട്ടത്തിനരികിൽ എത്തിച്ചു.

ആച്യമ്മ അവിടെ ഉണ്ടായിരുന്നു. നിലത്തുനിന്നും മഞ്ഞ് വാരിയെടുത്ത് ബോളുകളാക്കി അവൾ എന്തൊക്കെയോ ഉണ്ടാക്കിക്കൊണ്ടിരി ക്കുകയായിരുന്നു. ഞങ്ങളെ കണ്ടപ്പോൾ അവൾ അടുത്തേക്ക് വന്നു."നീ എന്റെ അമ്മയെയും ഈ വെള്ളച്ചാട്ടം കാണിക്കാൻ കൊണ്ടുവന്നതാണോ?" അവൾ ആ പട്ടിയോട് കുശലം ചോദിക്കുന്നത് കേട്ട് എനിക്ക് ചിരി വന്നു. ഇതിവിടുത്തെ 'ഗൈഡ് ഡോഗ്' ആണെന്ന് അവൾ എനിക്ക് പരിചയപ്പെടുത്തി. "നിങ്ങൾ തമ്മിൽ മുൻപരിചയമുണ്ടോ?" എന്ന് ഞാൻ അവളോട് ചോദിച്ചു.

തിരിച്ച് ഞങ്ങൾ ഹോട്ടലിന് മുന്നിൽ എത്തിയപ്പോൾ അച്ചൂമ്മ ഹോട്ടലിന് പുറത്ത് നിൽപ്പുണ്ടായിരുന്നു. ഹോട്ടലിന് മുന്നിൽ മഞ്ഞിൽ പൊതിഞ്ഞുകിടന്നിരുന്ന വാഹനങ്ങൾക്ക് മുകളിലെല്ലാം അവൾ എന്തൊക്കെയോ എഴുതുകയും വരയ്ക്കുകയും ചെയ്തുകൊണ്ടിരിക്കുകയായിരുന്നു.

ഞങ്ങളെ കണ്ടപ്പോൾ അവൾ അടുത്തേക്ക് വന്നു.

"കറന്റ് വന്നിട്ടുണ്ട്," അവൾ പറഞ്ഞു. "പക്ഷേ ഒന്ന് ഫ്രഷ് ആകാമെന്ന് കരുതിയപ്പോൾ പല്ല് തേക്കാൻ ബ്രഷ് ഇല്ല. റിസപ്ഷനിലേക്ക് വിളിച്ചിട്ട് ആരും എടുക്കാത്തതുകൊണ്ട് വന്നു നോക്കിയതാ. ഇവിടെങ്ങും ആരുമില്ല. ഞാൻ അവിടെ കണ്ട നമ്പറിൽ വിളിച്ചു. എട്ടു മണി കഴിയും അവർ വരാൻ എന്ന് പറഞ്ഞു."

എന്നാൽ പിന്നെ അതുവരെ കിടക്കാമെന്ന് പറഞ്ഞ് ഞങ്ങൾ മൂന്നുപേരും റൂമിലേക്ക് പോയി. എട്ടു മണിയായപ്പോൾ ഡ്രൈവർ വിളിച്ചു.
മഞ്ഞുവീഴ്ചയുള്ളതിനാൽ കാറുമായി സിസ്സുവിലേക്ക് വരാൻ സാധിക്കില്ലെന്നും ജീപ്പുമായി വരട്ടെ എന്നും അയാൾ ചോദിച്ചു. മറ്റു വഴികളില്ലാത്തതിനാൽ വന്നുകൊള്ളാൻ ആച്യമ്മ സമ്മതം നൽകി.

ഞങ്ങൾ തിരിച്ച് മണാലിയിലേക്ക് തന്നെ യാത്ര തിരിച്ചു. രസിപ്പിച്ചും ത്രസിപ്പിച്ചും
ഞങ്ങൾ ആ മനോഹരമായ യാത്ര പൂർത്തിയാക്കി.

കഥയൊഴുകും വഴി

സായംസന്ധ്യയിലെ മധുവിധു

സമയം രാത്രി രണ്ടു മണി. കൊടൈക്കനാലിലെ മഞ്ഞുവിരിച്ച പാതകളിലൂടെ വൈറ്റ് പാലസ് റിസോർട്ട് ലക്ഷ്യമാക്കി ഒരു ആംബുലൻസ് ചീറിപ്പാഞ്ഞു. കുതിരപ്പുറത്തുനിന്നു വീണ് അമ്പത്തഞ്ചുകാരനായ ഒരു വിനോദസഞ്ചാരിക്ക് ഗുരുതരമായി പരിക്കേറ്റിരിക്കുന്നു. വിവരമറിഞ്ഞ് പോലീസും സംഭവസ്ഥലത്തെത്തി. പരിക്കേറ്റ കൃഷ്ണദാസിനെയും കൊണ്ട് ആംബുലൻസ് ആശുപത്രിയിലേക്ക് കുതിച്ചു.

"ഒരു കുതിരപ്പുറത്തുനിന്നും വീണാൽ ഇത്രയും പരിക്കേൽക്കുമോടേ?" സംഭവസ്ഥലം പരിശോധിക്കവേ ഇൻസ്പെക്ടർ സേതു കൂടെയുണ്ടായിരുന്ന ഉദയനോട് ചോദിച്ചു.

"അതുതന്നെയാ സാറേ ഞാനും ആലോചിക്കുന്നത്!" ഉദയനും തന്റെ സംശയം പങ്കുവെച്ചു.

സംഭവത്തിൽ എന്തോ ദുരൂഹതയുണ്ടെന്ന് സേതുവിന് തോന്നി. "താൻ അയാളെക്കുറിച്ച് വല്ലതും അന്വേഷിച്ചോ?

ഇവിടുത്തുകാരനാണോ ?"

" ഡൽഹിയിൽ നിന്നാണ്.

ഭാര്യയുമൊത്ത് ഒരാഴ്ചത്തെ വെക്കേഷൻ ആഘോഷിക്കാൻ വന്നതാ.""ആഹാ ... ജീവിതത്തിന്റെ സായാഹ്നം ആഘോഷിക്കാൻ വന്നതാണല്ലേ?" സേതു ചിരിച്ചുകൊണ്ട് ചോദിച്ചു. "എന്നിട്ട് ഭാര്യ എവിടെ?"

"അവരും ആ ആംബുലൻസിൽ കയറി ആശുപത്രിയിലേക്ക് പോയിട്ടുണ്ട് സാറേ."

"അപകടം നടക്കുമ്പോൾ അവരും കൂടെയുണ്ടായിരുന്നോ?"

"ഇല്ല സാർ. അവർ മുകളിലെ മുറിയിലായിരുന്നു. താഴെ ശബ്ദം കേട്ട് നിലവിളിച്ചുകൊണ്ടോടി വരികയായിരുന്നു എന്നാണ് വിവരം."

"ഈ ഭാര്യയ്ക്ക് എന്ത് പ്രായം വരും?"

"ഏകദേശം അമ്പത് വയസ്സ് കാണും സാർ."

"അവരാണോ ഇയാൾ കുതിരപ്പുറത്തുനിന്നും വീണതാണെന്ന് പറഞ്ഞത്?"

"അതെ സാർ. റിസെപ്ഷനിലെ പെൺകുട്ടി നമുക്ക് നൽകിയ മൊഴി അങ്ങനെയാണ്." "ഒന്നും പരസ്പരം അങ്ങോട്ട് പൊരുത്തപ്പെടുന്നില്ലല്ലോ ഉദയാ... ഇയാൾ താഴെ വീണത് മുകളിലെ മുറിയിലായിരുന്ന ഭാര്യ എങ്ങനെയറിഞ്ഞു?"
"ജനവാതിലിലൂടെ കണ്ടു എന്നാണ് പറയുന്നത്."

സേതു അപകടമുണ്ടായ സ്ഥലത്തേക്ക് നടന്നു. നല്ല വെളുത്ത ഒരു സുന്ദരൻ കുതിര, 'ഞാനൊന്നും

അറിഞ്ഞില്ലേ' എന്ന ഭാവത്തിൽ അവിടെ നിൽക്കുന്നുണ്ട്. ഈയൊരു കുതിരയുടെ പുറത്തുനിന്നും വീണാൽ ഇത്ര വലിയ പരിക്കുണ്ടാകുമോ? അയാൾ ചുറ്റും നോക്കി. അവിടെ കൃഷ്ണദാസിന്റേതെന്ന് തോന്നിക്കുന്ന തൊപ്പിയും ഷൂസും കയ്യുറയുമൊക്കെ വീണുകിടക്കുന്നുണ്ടായിരുന്നു . കുറച്ചു മാറി കറുത്തനിറത്തിൽ നീളത്തിൽ എന്തോ സാധനം കിടക്കുന്നത് സേതുവിന്റെ ശ്രദ്ധയിൽപ്പെട്ടു. അയാൾ അതിനടുത്തേക്ക് നടന്നു.

അതൊരു 'വെപ്പുമുടി' (Wig) ആയിരുന്നു! നല്ല ഭംഗിയായി മെടഞ്ഞുവെച്ച ഒരു മുടി. സേതുവും ഉദയനും പരസ്പരം നോക്കി. അവരുടെ കണ്ണുകളിൽ സംശയം ബലപ്പെട്ടു.

ആശുപത്രിയിലെ ഓപ്പറേഷൻ തിയേറ്ററിനു മുന്നിൽ കരഞ്ഞുതളർന്ന് പത്മജ ഇരിപ്പുണ്ട്. സേതു അവർക്കരികിലേക്ക് ചെന്നു.

"മാഡം, ഈ അവസ്ഥയിൽ ബുദ്ധിമുട്ടിക്കുന്നതിൽ ക്ഷമിക്കണം.

ഒരു കുതിരപ്പുറത്തുനിന്നും വീണാൽ ഇത്രയും വലിയ പരിക്ക് സംഭവിക്കുമോ എന്നൊരു സംശയം ബാക്കിനിൽക്കുന്നത് കൊണ്ടാണ് ."

പത്മജ ഒന്നും മിണ്ടാതെ തലകുനിച്ചിരുന്നു.

"Mr. കൃഷ്ണദാസ് ഈ പാതിരാത്രിയിൽ കുതിരപ്പുറത്ത് എങ്ങോട്ട് പോവുകയായിരുന്നു?" സേതു ചോദ്യം തുടർന്നു.

"അത്... രാത്രി ഉറക്കം വരാത്തതുകൊണ്ട് വെറുതെ ഒരു റൈഡിന് പോയതാ."

"മാഡം എന്താ കൂടെ പോകാതിരുന്നത്?"

"എനിക്ക് ഉറക്കം വന്നതുകൊണ്ട് ഞാൻ നേരത്തെ കിടന്നു."

"കിടക്കുകയായിരുന്ന മാഡം പിന്നെ എങ്ങനെയാണ് സാർ വീഴുന്നത് കണ്ടത്?"

പത്മജ ഒന്ന് പരുങ്ങി. "അത്... ദാസേട്ടൻ പോയിക്കഴിഞ്ഞപ്പോൾ എനിക്കും ഉറക്കം വന്നില്ല. ഞാൻ ജനലിലൂടെ പുറത്തേക്ക് നോക്കി നിൽക്കുകയായിരുന്നു."

"മാഡം, അപകടസ്ഥലത്തുനിന്നും സ്ത്രീകൾ ഉപയോഗിക്കുന്ന ഒരു വെപ്പുമുടി ഞങ്ങൾക്ക് ലഭിച്ചിട്ടുണ്ട്. കാര്യങ്ങൾ സത്യസന്ധമായി പറഞ്ഞില്ലെങ്കിൽ ഞങ്ങൾക്ക് നിങ്ങളെ കസ്റ്റഡിയിൽ എടുക്കേണ്ടി വരും."

സേതുവിന്റെ ഗൗരവത്തിലുള്ള സംസാരം കേട്ടപ്പോൾ പത്മജ ഭയന്നു. അവർ കരഞ്ഞുകൊണ്ട് കൈകൂപ്പി. "സാർ, രക്ഷിക്കണം. മക്കളുള്ളതാണ്, ഞങ്ങളെ അപമാനിക്കരുത്. ഞാൻ സത്യം പറയാം."

പത്മജ സാരിത്തലപ്പുകൊണ്ട് മുഖം തുടച്ചു. "സാർ, ഇന്ന് ഞങ്ങളുടെ ഇരുപത്തഞ്ചാം വിവാഹവാർഷികമാണ്.

പണ്ട് ഹണിമൂൺ ആഘോഷിച്ച ഇതേ റിസോർട്ടിലേക്ക് പഴയ ഓർമ്മകൾ പുതുക്കാൻ മക്കൾ സമ്മാനിച്ചതാണ് ഈ യാത്ര . ഇവിടെ വന്നപ്പോൾ ഞങ്ങൾ പഴയ ആ യുവതീയുവാക്കളായി മാറി. അപ്പോഴാണ് ഞാൻ എന്റെ പഴയൊരു സ്വപ്നത്തെക്കുറിച്ച് ദാസേട്ടനോട് പറഞ്ഞത്."

"എന്ത് സ്വപ്നം?" ഉദയൻ ആകാംക്ഷയോടെ ചോദിച്ചു.

"ആൽഫ്രഡ് നോയസിന്റെ 'ഹൈവേമാൻ' എന്ന കവിതയിലേതുപോലെ, മഞ്ഞു പെയ്യുന്ന രാത്രിയിൽ കാമുകൻ കുതിരപ്പുറത്ത് വരുന്നതും, കാമുകി തന്റെ നീണ്ട മുടി ജനലിലൂടെ താഴേക്കിട്ടു കൊടുക്കുന്നതും, അതിൽ പിടിച്ച് കാമുകൻ മുകളിലേക്ക് കയറിവരുന്നതും... അതായിരുന്നു എന്റെ സ്വപ്നം." സേതുവും ഉദയനും ചിരിയടക്കിപ്പിടിച്ചു.

"ദാസേട്ടൻ അത് കേട്ടപ്പോൾ പറഞ്ഞു, എങ്കിൽ ആ സ്വപ്നം സഫലമാക്കാമെന്ന്. അദ്ദേഹം എവിടെ നിന്നോ കുറേ വെപ്പുമുടികൾ സംഘടിപ്പിച്ചു കൊണ്ടുവന്നു. എന്നിട്ട് അത് എന്റെ മുടിയിൽ ചേർത്ത് നീളത്തിൽ മെടഞ്ഞിട്ടു. രാത്രി പന്ത്രണ്ട് മണിക്ക് അദ്ദേഹം കുതിരപ്പുറത്ത് ജനലിനു താഴെ എത്തുമ്പോൾ മുടി താഴേക്കിട്ടു കൊടുക്കാൻ പറഞ്ഞു."

പത്മജ തുടർന്നു: "അദ്ദേഹം കോട്ടും തൊപ്പിയുമണിഞ്ഞ് 'ഹൈറവേമാനെ' പോലെ താഴെയെത്തി. ഞാൻ എന്റെ തലയിലെ ആ മുടി താഴേക്കിട്ടു കൊടുത്തു. അദ്ദേഹം അതിൽ പിടിച്ച് മുകളിലേക്ക് കയറാൻ തുടങ്ങി. പകുതിയോളം എത്തിയപ്പോൾ ഭാരം താങ്ങാനാവാതെ ആ വെപ്പുമുടികൾ ഓരോന്നായി വേർപെട്ടു പോയി. ദാസേട്ടൻ നേരെ താഴേക്ക്..."

പത്മജ വിതുമ്പി. ഉദയനും സേതുവും പരസ്പരം നോക്കി ചിരി കടിച്ചുപിടിച്ചു.

"മാഡം, പ്രായമാകുമ്പോൾ അല്പം വകതിരിവ് കാണിക്കേണ്ടേ?"
സേതു തന്റെ തൊപ്പി നേരെയാക്കിക്കൊണ്ട് ചോദിച്ചു.
"ഇതിപ്പോൾ ഞങ്ങൾ പുതിയൊരു കഥ ഉണ്ടാക്കി എഴുതേണ്ടി വരുമല്ലോ! എന്തായാലും സാറിന് ബോധം വരുമ്പോൾ അറിയിക്കൂ. നമുക്ക് പ്രതിസ്ഥാനത്ത് ആ പാവം കുതിരയെ പ്രതിഷ്ഠിക്കാം."
ഇൻസ്പെക്ടർ സേതുവും ഉദയനും തിരിഞ്ഞു നടക്കുമ്പോൾ പത്മജയെ നോക്കി ആശംസിച്ചു:
"വിവാഹ വാർഷിക ആശംസകൾ!"

വസന്തം വന്നണഞ്ഞപ്പോൾ

അവൾ ആകെ വിയർക്കാൻ തുടങ്ങിയിരുന്നു. തന്റെ ചുറ്റുമുള്ള ആ നാല് ചുവരുകൾക്കപ്പുറത്തുള്ള ലോകത്തെ അവൾ വല്ലാതെ ഭയപ്പെട്ടു. അടിവയറ്റിൽ ഒരു തീഗോളം അവളെ അപ്പാടെ വിഴുങ്ങാൻ തയ്യാറെടുക്കുന്നത് അവൾ അറിയുന്നുണ്ടായിരുന്നു.

"ഈശ്വരാ... എന്തൊരു പരീക്ഷണമാണിത്! എനിക്കെങ്ങനെ ഇനി ഈ സമൂഹത്തിന് മുന്നിൽ തലയുയർത്തി പിടിച്ച് നിൽക്കാനാകും?". "ഈ നിമിഷം ഭൂമി പിളർന്ന് താഴേക്ക് പോയിരുന്നെങ്കിൽ!" എന്ന് അവൾ ആശിച്ചുപോയി.

കയ്യിൽ ഒരു പ്രഗ്നൻസി ടെസ്റ്റ് കിറ്റുമായി അവൾ വെപ്രാളത്തോടെ മുറിയിലൂടെ അങ്ങോട്ടുമിങ്ങോട്ടും നടന്നു. ദാമ്പത്യ ജീവിതത്തിലേക്ക് പ്രവേശിച്ചിട്ട് ഇരുപത്തിയഞ്ചു വർഷങ്ങളായി. ഒരു കുഞ്ഞിക്കാല് കാണാൻ ആഗ്രഹിച്ചു പോകാത്ത അമ്പലങ്ങളില്ല, വിളിക്കാത്ത ദൈവങ്ങളില്ല, നേരാത്ത വഴിപാടുകളില്ല. ഒടുവിൽ അനുഗ്രഹം ലഭിച്ചിരിക്കുന്നു; പക്ഷേ, ഭർത്താവ് മരിച്ച് അഞ്ചു വർഷത്തിന് ശേഷം!. ഈശ്വരാ... വല്ലാത്തൊരു വിധി തന്നെ. ബന്ധുക്കളെല്ലാവരും പുറത്തുണ്ട്; അവരെ അഭിമുഖീകരിക്കാൻ കഴിയാതെ അവൾ തളർന്നിരുന്നു. എല്ലാവരുടെയും മുന്നിൽ ഒരു വഴിപിഴച്ചവളായി, അപരാധിയെപ്പോലെ തലകുനിച്ചു നിൽക്കാൻ

അവൾക്കാകുമായിരുന്നില്ല. ആരുമറിയാതെ ഈ പ്രശ്നം ഒതുക്കിത്തീർക്കാൻ കഴിയണേ എന്ന് അവൾ ദൈവത്തോട് പ്രാർത്ഥിച്ചു. പക്ഷേ എങ്ങനെ? ഇപ്പോൾ തന്നെ സമയം അതിക്രമിച്ചിരിക്കുന്നു. മാസമുറ തെറ്റിയപ്പോൾ തന്നെ ശ്രദ്ധിക്കണമായിരുന്നു.

ഒരു ദുർബലനിമിഷത്തിൽ സംഭവിച്ച അബദ്ധം ഇത്ര വലിയൊരു പ്രതിസന്ധിയാകുമെന്ന് സ്വപ്നത്തിൽ പോലും കരുതിയില്ല. വർഷങ്ങളോളം പ്രതീക്ഷയോടെ കാത്തിരുന്നിട്ട് കൈവരിക്കാതെ പോയ ഭാഗ്യം , ഇപ്പോൾ ഈ അൻപതാം വയസ്സിൽ ഒരു അശനിപാതം പോലെ വന്നുപതിച്ചിരിക്കുന്നു. നാലുമാസം കഴിഞ്ഞിരിക്കുന്നു. ഈ പ്രായത്തിൽ ആരോടെങ്കിലും സഹായം തേടിയാൽ പോലും പരിഹാരമുണ്ടാകുമെന്ന് അവൾക്ക് തോന്നിയില്ല.

വാതിലിൽ ആരോ മുട്ടുന്നു. പ്രയാസപ്പെട്ട് ഒരു പുഞ്ചിരി മുഖത്ത് വരുത്തി അവൾ വാതിൽ തുറന്നു; നാത്തൂനാണ്. കുറേ നേരമായിട്ടും തന്നെ പുറത്തേക്ക് കാണാത്തതിനാൽ അന്വേഷിച്ചെത്തിയതാണ് അവർ. അവരുടെ മുഖത്തേക്ക് നോക്കാൻ അവൾക്ക് ഭയമായിരുന്നു. ഒന്നും സംഭവിക്കാത്ത ഭാവത്തിൽ അവൾ തല താഴ്ത്തിക്കൊണ്ട് അടുക്കളയിലേക്ക് നടന്നു. ഉത്തരം കിട്ടാത്ത ചോദ്യങ്ങൾ മനസ്സിലും, പരിഹാരം കാണാത്ത ഭാരം ഉദരത്തിലുമായി അവളുടെ ദിനരാത്രങ്ങൾ കടന്നുപോയി.

ദിവസങ്ങൾ കഴിയുംതോറും വളർന്നുവരുന്ന ആ രഹസ്യത്തെ മറ്റുള്ളവരിൽ നിന്നും മറച്ചുപിടിക്കാൻ അവൾ പാടുപെട്ടു. ഒളിച്ചും പതുങ്ങിയും ഇഴഞ്ഞുനീങ്ങിയ ആ ദിനങ്ങളിൽ തന്റെയുള്ളിലെ കുഞ്ഞുജീവൻ കൈകാലിട്ടടിക്കുന്നത് അവൾ ഹൃദയം തകർന്ന വേദനയോടെ അറിഞ്ഞു. ഒരിക്കൽ ഒരുപാട് കൊതിച്ച അനുഭൂതിയാണിത്. പക്ഷേ, ഇപ്പോൾ വരാനിരിക്കുന്ന വിപത്തുകളെ ഓർത്തപ്പോൾ അവൾ തളർന്നുപോയി. കർക്കിടക മാസമാണ്; പുറത്ത് ഇടമുറിയാതെ മഴ പെയ്തുകൊണ്ടിരുന്നു. നേരം പുലരാൻ സമയമില്ല, അവൾക്ക് പേറ്റുനോവ് തുടങ്ങിയിരിക്കുന്നു. ശരീരം വലിഞ്ഞുമുറുകുന്ന വേദന. തന്റെ ശബ്ദം പുറത്തുവരാതിരിക്കാൻ ബെഡ്ഷീറ്റ് എടുത്ത് അവൾ വായിൽ തിരുകി. കറന്റ് പോയിരിക്കുന്നു; മുൻകൂട്ടി കരുതിയ എമർജൻസി ലൈറ്റ് അവൾ തെളിച്ചു.

ആരുമറിയാതെ, ഏകാന്തതയുടെ ആ ഇരുളിൽ അവൾ ഒരു പെൺകുഞ്ഞിന് ജന്മം നൽകി. സങ്കടവും സന്തോഷവും ഒരേ സമയം അവളിൽ തിരതല്ലി. താൻ ഒരമ്മയായി; അതേസമയം തന്റെ കുഞ്ഞിനാൽ താൻ അപമാനിക്കപ്പെടുമെന്നും അവൾക്ക് തോന്നി. ഏറെ നേരത്തെ ചിന്തകൾക്കൊടുവിൽ അവൾ ആ പിഞ്ചുകുഞ്ഞിനെ ഇല്ലാതാക്കാൻ തന്നെ തീരുമാനിച്ചു. വിറയ്ക്കുന്ന കൈകളോടെ അവൾ കുഞ്ഞിനെ കയ്യിലെടുത്തു. കണ്ണുകൾ കർക്കിടകപെയ്ത്ത് പോലെ ഒഴുകിക്കൊണ്ടിരുന്നു.അവൾ ആ കുഞ്ഞിനെ തന്റെ

മാറിലേക്ക് ചേർത്തുവെച്ചു. ആ നിമിഷത്തിൽ അവളുടെ മാതൃത്വം ഉണർന്നു. ആദ്യമായും അവസാനമായും ആ കുഞ്ഞിനെ ഒന്ന് മുലയൂട്ടാൻ അവൾ ആഗ്രഹിച്ചു. ആ കുഞ്ഞ് ചുണ്ടുകൾ അവളുടെ മാറിടം ചുരത്താൻ തുടങ്ങി.ആ കുഞ്ഞു ചുണ്ടുകൾ അവളുടെ ഉള്ളിലെ ഭയത്തെ അപ്പാടെ വലിച്ചെടുക്കുന്നതായി അവൾക്ക് തോന്നി.അതുവരെ ഉള്ളിൽ പറന്നിരുന്ന ഭീതിയുടെ വവ്വാലുകൾ വർണ്ണശലഭങ്ങളായി മാറി തന്റെ ഹൃദയത്തിലേക്ക് ചേക്കേറുന്നതായി അവൾക്ക് തോന്നി.

നേരം വെളുത്തു തുടങ്ങിയിരിക്കുന്നു; ഇപ്പോൾ അവൾക്ക് വല്ലാത്തൊരു ധൈര്യം കൈവന്നിരിക്കുന്നു. തന്റെ കുഞ്ഞോമനയെ നെഞ്ചോട് ചേർത്ത് അവൾ മുറിക്ക് പുറത്തേക്ക് നടന്നു. വീട്ടിലുള്ളവർ ഉറക്കമുണരുന്നതേ ഉണ്ടായിരുന്നുള്ളൂ. തങ്ങൾക്ക് മുന്നിൽ നിൽക്കുന്ന ആ കാഴ്ച കണ്ട് അവരുടെ മുഖങ്ങളിൽ ആയിരം ചോദ്യങ്ങൾ വിരിഞ്ഞു. അവയെയെല്ലാം അവഗണിച്ച് മുന്നോട്ട് നടക്കുമ്പോൾ അവൾ ശാന്തമായി പറഞ്ഞു: "തെറ്റോ ശരിയോ എന്ന് എനിക്കറിയില്ല... പറ്റിപ്പോയി. പക്ഷേ അത് മറയ്ക്കാനായി ഇനിയൊരു വലിയ തെറ്റ് കൂടി ചെയ്യാൻ എനിക്കാവില്ല".മുന്നോട്ട് നടക്കുമ്പോൾ ആരുടേയും മുന്നിൽ തലകുനിഞ്ഞു പോകാതെ അവൾ പ്രത്യേകം ശ്രദ്ധിച്ചു. ആ വൈകി വന്ന വസന്തത്തെ മാറോടണച്ച് സമൂഹത്തിലേക്ക് ഇറങ്ങുമ്പോൾ അവൾക്ക് ഇപ്പോൾ

ഭയമില്ല. തന്റെ 'സൂര്യപുത്രി'യെ ഒക്കത്തിരുത്തി ആ വഴിയിലൂടെ നടക്കുമ്പോൾ, അവളെ ഈ അവസ്ഥയിലാക്കിയവൻ ദൂരെ നിന്ന് ഒളികണ്ണാലെ നോക്കുന്നത് അവൾ കണ്ടു. അവളുടെ ചുണ്ടിൽ ഒരു ചെറുമന്ദഹാസം വിടർന്നു. പക്ഷേ, ഒളിച്ചോടാനല്ല, തന്റെ കുഞ്ഞിനെ ലോകത്തിന് മുന്നിൽ അംഗീകരിച്ചുകൊണ്ട് അഭിമാനത്തോടെ തലയുയർത്തി നിൽക്കാനാണ് അവൾ തീരുമാനിച്ചത്.

പറ്റിപ്പോയ ചെറിയ തെറ്റിനെ വലിയ തെറ്റുകൊണ്ട് മറയ്ക്കുന്നതല്ല, ആ ചെറിയ തെറ്റിനെ മനസ്സിൽ അംഗീകരിക്കുന്നതാണ് അഭികാമ്യം.

വൈതരണി

എന്റെ ഈശ്വരാ... എത്ര നേരമായി ഞാൻ ഇവിടെ ഇങ്ങനെ ഇരിപ്പുറപ്പിക്കുന്നു! ഇവറ്റകൾക്ക് ഇതൊക്കെ ഒന്ന് വേഗത്തിലാക്കിയാൽ എന്താ? ഇന്നലെ വൈകുന്നേരം മുതൽ ഇരിക്കാൻ തുടങ്ങിയതാണ്. കാര്യങ്ങൾ നോക്കി നടത്താൻ ആരെങ്കിലും വേണ്ടേ? ഇനി ആരെങ്കിലും ഏട്ടന് വെള്ളം കൊടുക്കാനുണ്ടോ എന്ന് ആരോ ചോദിക്കുന്നു. "ബോഡി എടുക്കാൻ പോവുകയാണ്, കൊടുക്കാനുള്ളവരൊക്കെ വേഗം വന്നോളൂ" എന്ന് അറിയിപ്പ് വന്നു.

ഹാ... വല്ലാത്തൊരു ആശ്വാസം! ബോഡി ഇപ്പോൾ എടുക്കുമല്ലോ. പക്ഷേ, എന്തൊരു കഷ്ടമാണിത്! അവസാനമായി ഒരിറ്റ് വെള്ളം എന്ന് പറഞ്ഞ് ചെറിയ കുട്ടികളെക്കൊണ്ട് വരെ നിർബന്ധിച്ച് വെള്ളം തരുന്നു. പക്ഷേ തരുന്ന വെള്ളമെല്ലാം സ്ഥാനം തെറ്റി മൂക്കിലേക്കാണ് പോകുന്നത്. വല്ലാത്തൊരു ഗതികേട് തന്നെ. ഇന്നലെ രാത്രി മുതൽ എന്നെ വരിഞ്ഞുകെട്ടി കിടത്തിയിരിക്കുകയാണ്. കത്തിച്ചുവെച്ചിരിക്കുന്ന നിലവിളക്കും തേങ്ങാമുറിയും എല്ലാം കൂടി ഒടുക്കത്തെ ചൂടാണ്. മുഖത്താണെങ്കിൽ ഈച്ചകളുടെ വിളയാട്ടമാണ്. ഒന്ന് ആട്ടാൻ പോലും പറ്റുന്നില്ല. ഇത്രയും കാലം എന്നെ ചുമന്നു നടന്ന ശരീരമല്ലേ? അതിനെ ഇങ്ങനെ നരകിപ്പിക്കണോ? വേഗം ഒന്ന് ചിതയിലേക്ക് എടുത്താൽ എനിക്ക് എന്റെ പാട്ടിന്

പോകാമായിരുന്നു. എന്തായാലും ബോഡി എടുക്കാറായല്ലോ, സമാധാനമായി.

ജീവിച്ചിരുന്നപ്പോൾ സ്നേഹം കാണിക്കാത്തവരൊക്കെ ഇപ്പോൾ അഭിനയിച്ചു തകർക്കുകയാണ്. അത് കാണുമ്പോൾ അവരുടെ കരണം നോക്കി രണ്ട് പൊട്ടിക്കാൻ കഴിയാത്തതിന്റെ വിഷമം കുറച്ചൊന്നുമല്ല. മരുന്ന് വാങ്ങാൻ കുറച്ചു പണം കടം ചോദിച്ചിട്ട് പോലും തരാത്തവർ, ഇപ്പോൾ എന്നെ സഹായിച്ചതിന്റെ കണക്ക് പറയുന്നത് കേട്ട് ഞാൻ അന്തംവിട്ടു നിൽക്കുകയാണ്.

ഈ പ്രഹസനങ്ങൾ ഇനി എനിക്ക് സഹിക്കാൻ വയ്യ. എനിക്ക് സ്വസ്ഥമായി ഒന്ന് ഉറങ്ങണം. വർഷങ്ങളായി ഞാൻ സമാധാനത്തോടെ ഒന്ന് ഉറങ്ങിയിട്ട്.

"അയ്യോ... ന്റെ രാജേട്ടനെ കൊണ്ടുപോവുകയാണോ? ഇനി എനിക്ക് ആരുമില്ലേ? എന്തിനാ ഞാൻ ഇനി ജീവിക്കുന്നത്?" - എന്റെ ഭാര്യ പത്മിനിയാണ് ആ കിടന്ന് നിലവിളിക്കുന്നത്. എന്നെ കല്യാണം കഴിച്ച അന്നു മുതൽ അവളുടെ ജീവിതം നരകമാണെന്ന് പറയുന്നവളാണ് അവൾ. ഹ ഹ ഹ! ചിരിക്കുകയല്ലാതെ എന്ത് ചെയ്യാൻ?

എന്റെ മകൾ വർഷ എന്റെ ദേഹത്ത് വീണ് കെട്ടിപ്പിടിച്ച് കരയുന്നുണ്ട്. അത് കാണുമ്പോൾ എനിക്ക് സങ്കടം സഹിക്കാൻ കഴിയുന്നില്ല. അവൾക്ക് ഞാൻ എന്നാൽ ജീവനായിരുന്നു. പക്ഷേ, ആ കരച്ചിലിനിടയിലും അവൾ കൂട്ടുകാരിയുടെ കയ്യിൽ

നിന്ന് ഫോൺ വാങ്ങി എന്തോ ചെയ്യുന്നുണ്ട്. ഞാൻ ഒന്ന് എത്തിനോക്കി. "അച്ഛൻ ഞങ്ങളെ വിട്ടു പോയി ഫ്രണ്ട്സ്" എന്ന് വാട്സ്ആപ്പിൽ സ്റ്റാറ്റസ് ഇട്ടതാണ്! എന്തൊരു ആത്മാർത്ഥത! എന്റെ ബോഡിയുടെ ഫോട്ടോ എടുത്ത് സ്നാപ്പ് അയക്കാനും അവൾ മറന്നില്ല.

പിന്നെ എന്റെ മകൻ, പ്രശാന്തൻ.എവിടെപ്പോയി ആ കുരുത്തം കെട്ടവൻ?അവനെ എവിടെയും കാണുന്നില്ലല്ലോ? അവനെ ഒരിക്കലും ഞാൻ ശാന്തനായി കണ്ടിട്ടില്ല. ഇനി അവനെ ഒന്നും സഹിക്കണ്ടല്ലോ, അതാണ് എന്റെ സമാധാനം. അത്രക്ക് ദുരിതമായിരുന്നു ഇവിടെ എന്റെ ജീവിതം.

എല്ലാവരും ചേർന്ന് എന്റെ ശരീരം ആംബുലൻസിലേക്ക് കയറ്റി. ശ്മശാനത്തിലേക്ക് അരമണിക്കൂർ ദൂരമേയുള്ളൂ. ഇനി ഒരു മണിക്കൂറിനുള്ളിൽ എല്ലാം തീരും. പിന്നെ ഞാൻ സ്വതന്ത്രനാണ്. പതിനഞ്ചാം നാൾ കർമ്മവും കഴിഞ്ഞാൽ എനിക്ക് പുതിയൊരു ലോകത്തേക്ക് പോകാം. അവിടെ എന്നെപ്പോലെ ആരെങ്കിലും കൂട്ടിന് കിട്ടിയാൽ മതിയായിരുന്നു. തമാശകളൊക്കെയായി ഇനി അങ്ങോട്ട് ഒന്ന് ജീവിക്കണം. എനിക്ക് വേണ്ടി ചിത ഒരുക്കി വെച്ചിരിക്കുന്നത് കണ്ടിട്ട് കൊതിയാവുകയാണ്. പ്ലീസ്... ആരെങ്കിലും എന്നെ വേഗം അതിൽ എടുത്തു വെക്കൂ.

എന്നെ കിടത്തി ചിതയ്ക്ക് തീ കൊളുത്താൻ ഒരുങ്ങുമ്പോൾ, പെട്ടെന്ന് ആരോ പറഞ്ഞു: "തീ കൊളുത്താൻ വരട്ടെ!" അതാരപ്പാ ഈ സമയത്ത് ശകുനം മുടക്കാൻ? നോക്കിയപ്പോൾ അനന്തരവനാണ്. അവൻ ഫോണും പിടിച്ച് മൃതദേഹത്തിനടുത്തെത്തി പറഞ്ഞു: "ക്രൈം ബ്രാഞ്ചിൽ നിന്ന് വിളിച്ചു, ബോഡി സംസ്കരിക്കാൻ പാടില്ലെന്ന്. മരണത്തിൽ ദുരൂഹതയുണ്ടെന്ന് ആരോ പരാതിപ്പെട്ടിട്ടുണ്ട്. പോസ്റ്റ്മോർട്ടം ചെയ്യാനായി ബോഡി തിരിച്ചു മോർച്ചറിയിലേക്ക് കൊണ്ടുപോകണം."

എന്റെ അമ്മോ! പോസ്റ്റ്മോർട്ടമോ? എന്തിന്? ഹാർട്ട് അറ്റാക്ക് വന്നല്ലേ ഞാൻ മരിച്ചത്? ഇന്നലെ നെഞ്ചുവേദന വന്ന് ആശുപത്രിയിൽ പോകുന്ന വഴിക്കാണ് ഞാൻ മരിച്ചത്. അവിടെ എന്റെ മരുമകൻ ഇടപെട്ടത് കൊണ്ട് പോസ്റ്റ്മോർട്ടം ഒഴിവാക്കി കിട്ടിയതായിരുന്നു. ഇപ്പോൾ ആരാണാവോ ഈ കൊലച്ചതി ചെയ്തത്? എല്ലാവരും കൂടി എന്നെ തിരിച്ച് ആംബുലൻസിൽ കയറ്റി. ഇനി അവർ എന്റെ ശരീരം വെട്ടിമുറിക്കുമല്ലോ ദൈവമേ!

മോർച്ചറിയിൽ എത്തിയപ്പോൾ പ്രശാന്തൻ മാറി നിന്ന് ഫോണിൽ സംസാരിക്കുന്നത് ഞാൻ ശ്രദ്ധിച്ചു.

പ്രശാന്തൻ: "അമ്മേ, സംഗതി പ്രശ്നമാണ്. ഞാൻ തൂങ്ങേണ്ടി വരും എന്നാണ് അളിയൻ പറയുന്നത്."

അമ്മ: "അതെന്താ? നീ എന്ത് ചെയ്തു?"

പ്രശാന്തൻ: "നിങ്ങൾ ഇന്നലെ വൈകുന്നേരം ഉണ്ടായത് മറന്നോ? ഞാൻ അടിച്ചതുകൊണ്ടാണ് അച്ഛൻ മരിച്ചതെന്ന് ആരെങ്കിലും പറഞ്ഞാലോ? പോസ്റ്റ്മോർട്ടം ചെയ്താൽ അത് അറിയാൻ പറ്റില്ലേ?"

അപ്പോഴാണ് എനിക്ക് കാര്യം മനസ്സിലായത്. പോസ്റ്റ്മോർട്ടം ചെയ്താൽ അവന് പണി കിട്ടും. പക്ഷേ സത്യം പറഞ്ഞാൽ, ആ അടിയേക്കാൾ എന്റെ മനസ്സിനെ വേദനിപ്പിച്ചത് എന്റെ മകൻ എന്നെ തല്ലി എന്നതായിരുന്നു.

പോസ്റ്റ്മോർട്ടം ടേബിളിൽ സർജൻ പറയുന്നു: "നോക്കൂ ഡോക്ടർ, ഇയാളുടെ മുതുകിൽ ആരോ മർദ്ദിച്ച പാടുണ്ട്. കണങ്കാലിലും ഒരു മുറിവുണ്ട്." അത് കേട്ട് ഞാൻ അറിയാതെ പറഞ്ഞുപോയി: "ഇല്ല ഡോക്ടറേ, ഞാൻ അറ്റാക്ക് വന്ന് തന്നെയാണ് മരിച്ചത്. എന്റെ മോനെ കുറ്റക്കാരനാക്കരുത്." പക്ഷേ ആര് കേൾക്കാൻ?

തിരിച്ച് ശ്മശാനത്തിലേക്ക് പോകുമ്പോൾ എന്റെ മകൾ വർഷ പിറുപിറുക്കുന്നത് ഞാൻ കേട്ടു: "എന്റെ അച്ഛനെ കൊന്നിട്ട് അച്ഛന്റെ സ്വത്ത് അവൻ അനുഭവിക്കേണ്ട. ഞാൻ അവനെ അഴി എണ്ണിക്കും. അതിനാണ് ഞാൻ ക്രൈം ബ്രാഞ്ചിനെ വിളിച്ചത്."

എന്റെ ഭഗവാനേ! അപ്പോൾ എന്റെ മകളാണോ പരാതി കൊടുത്തത്?

അച്ഛനോടുള്ള സ്നേഹം കൊണ്ടല്ല, സഹോദരന് സ്വത്ത് കിട്ടാതിരിക്കാനാണോ അവൾ ഇത് ചെയ്തത്? ഇത്രയും നേരം 'ഗതി പിടിക്കരുത്' എന്ന് പറഞ്ഞ് ഞാൻ ശപിച്ചത് എന്റെ മകളെയായിരുന്നോ? ഇതിപ്പോൾ മകൾക്ക് സമാധാനം കിട്ടുകയുമില്ല, മകൻ ജയിലിലാവുകയും ചെയ്യും. എന്റെ സമാധാനം വീണ്ടും പോയല്ലോ! പരലോകത്തും സമാധാനമില്ലാതെ ജീവിക്കാനാണല്ലോ ദൈവമേ എന്റെ വിധി!

ദേശാടനക്കിളി കരയാറില്ല

ശൈത്യകാലം അവസാനിക്കാറായിരിക്കുന്നു. കുഞ്ഞിക്കുരുവി തന്റെ കൊച്ചുചിറകുകൾ താളത്തിൽ വീശിക്കൊണ്ട് പുഴക്കരയിലേക്ക് പറന്നുവന്നു. അവിടെ പുഴയോരത്ത് ചാഞ്ചാടിക്കൊണ്ട്, നാണം കുണുങ്ങി കുഞ്ഞിക്കുരുവിയെയും കാത്ത് പുൽക്കൊടിപെണ്ണ് നിൽപ്പുണ്ടായിരുന്നു. അവളെ കാണാനും സല്ലപിക്കാനുമായിട്ടാണ് കുഞ്ഞിക്കുരുവി അന്ന് അവിടെ എത്തിയത്.

അവന്റെ ചിറകടിയൊച്ച കേട്ടപ്പോഴേക്കും പുൽക്കൊടിപെണ്ണിന്റെ ഹൃദയം പ്രണയാർദ്രമായി തുടിക്കാൻ തുടങ്ങി. പുഴയുടെ ഓളങ്ങളിൽ തഴുകിവരുന്ന ഇളംതെന്നൽ അവളുടെ കവിളിണകളെ പതുക്കെ തലോടിക്കൊണ്ട് കടന്നുപോയി. കുഞ്ഞിക്കുരുവി അവൾക്കരികിലിരുന്ന് തന്റെ കൊക്കുകൾ കൊണ്ട് അവളുടെ മേനിയിൽ തഴുകി പ്രണയസല്ലാപം നടത്തി. പുൽക്കൊടിപെണ്ണാകട്ടെ, ആ സ്പർശനത്തിൽ ഉൾപുളകിതയായി നൃത്തമാടി. ഈ ശൈത്യകാലത്താണ് അവർ തമ്മിൽ കണ്ടുമുട്ടുന്നതും പ്രണയത്തിലാകുന്നതും.

ദേശാടനത്തിനായി എത്തിയ കുഞ്ഞിക്കുരുവി ദാഹമകറ്റാൻ എന്നും ആ പുഴക്കരയിൽ എത്തുമായിരുന്നു. അപ്പോഴാണ് നാണം കുണുങ്ങി

നിൽക്കുന്ന സുന്ദരിയായ പുൽക്കൊടിപെണ്ണിനെ അവൻ ആദ്യമായി കാണുന്നത്. കണ്ട മാത്രയിൽ തന്നെ അവൻ അവളിൽ ആകൃഷ്ടനായി. തലകുനിച്ചു നിൽക്കുന്ന അവളെ തന്നിലേക്ക് ആകർഷിക്കാൻ അവൻ ഒരു വഴി കണ്ടെത്തി. പുഴയിൽ നിന്ന് അല്പം ജലകണങ്ങൾ കൊക്കിലെടുത്ത് അവൻ അവൾക്ക് മുകളിലൂടെ താഴ്ന്നു പറന്നു. തന്റെ കൊക്കിലെ ആ ജലകണങ്ങൾ അവളുടെ നെറുകയിൽ അവൻ ഇറ്റിച്ചു. അവൾ പതുക്കെ തലയുയർത്തി നോക്കിയപ്പോൾ തന്നെത്തന്നെ നോക്കി പറന്നകലുന്ന സുന്ദരനായ കുഞ്ഞിക്കുരുവിയെ കണ്ടു. തന്നെ നോക്കുന്ന അവൾക്ക് നേരെ കുഞ്ഞിക്കുരുവി ചിറകുകൾ താളത്തിൽ വീശി. അതുകണ്ട് അവൾ നാണത്തോടെ വീണ്ടും തലതാഴ്ത്തി.

കുറച്ചുദിവസം ഇത് ആവർത്തിച്ചതോടെ പുൽക്കൊടിപെണ്ണും അവനായി കാത്തിരിക്കാൻ തുടങ്ങി. അധികം വൈകാതെ അവർ പ്രണയത്തിലായി. പിന്നീട് എന്നും ദാഹം തീർത്ത ശേഷം അവളുമായി അല്പനേരം സല്ലപിച്ചിട്ടേ കുഞ്ഞിക്കുരുവി മടങ്ങുമായിരുന്നുള്ളൂ.

ദിവസങ്ങൾ കടന്നുപോയി. പടിഞ്ഞാറൻ ചക്രവാളത്തിൽ വെയിൽ ചായുമ്പോഴാണ് കുഞ്ഞിക്കുരുവി ആകാശത്തേക്ക് നോക്കിയത്. തന്റെ കൂട്ടുകാർ ദേശാടനം കഴിഞ്ഞ് തിരിച്ചുപോകാൻ തയ്യാറെടുക്കുന്നത് അവൻ കണ്ടു. അവൻ വേദനയോടെ പുൽക്കൊടിപെണ്ണിന്റെ കാതിൽ മന്ത്രിച്ചു, "പ്രിയേ... എന്റെ കൂട്ടുകാർ മടങ്ങിത്തുടങ്ങി.

എനിക്കും ഇവിടം വിട്ടുപോകാൻ സമയമായി. എനിക്ക് നിന്നെ പിരിയാനാവുമെന്ന് തോന്നുന്നില്ല, നീ വരുന്നോ എന്റെ കൂടെ?".
വേദനയോടെയുള്ള അവളുടെ നോട്ടം കണ്ടപ്പോൾ കുഞ്ഞിക്കുരുവിക്ക് തന്റെ തെറ്റ് മനസ്സിലായി. "നിനക്ക് ഇവിടം വിട്ടു വരാനാവില്ലെന്ന സത്യം ഞാൻ വിസ്മരിച്ചുപോയി. സാരമില്ല പെണ്ണേ, ഞാൻ പോയി തിരികെ വരും. വീണ്ടുമൊരു ശൈത്യകാലത്തിനായി നമുക്ക് കാത്തിരിക്കാം". അതുകേട്ട് പുൽക്കൊടിപ്പെണ്ണ് പൊട്ടിക്കരഞ്ഞു. ഈ വിരഹം അനിവാര്യമാണെന്നും ഇനിയൊരു ശൈത്യം തന്നെ കാത്തിരിപ്പില്ലെന്നും അവൾക്ക് അറിയാമായിരുന്നു. എങ്കിലും കാത്തിരിക്കുമെന്ന് വാക്കുനൽകി നിറകണ്ണുകളോടെ അവൾ അവനെ യാത്രയാക്കി.

ഋതുക്കൾ മാറിമറിഞ്ഞു. കഠിനമായ വേനലെത്തി. പുഴ വറ്റിവരണ്ടു. പുഴയോരത്തെ പുൽക്കൊടികളെല്ലാം കൊടുംചൂടിൽ കരിഞ്ഞു വീണു. ഒടുവിൽ കുഞ്ഞിക്കുരുവിയെ കാത്തുനിൽക്കാതെ, തന്റെ പ്രണയം അനശ്വരമാക്കി പുൽക്കൊടിപെണ്ണും വാടിത്തളർന്നു വീണു.

വീണ്ടുമൊരു ശൈത്യം വന്നണഞ്ഞു. ദേശാടനക്കിളികൾക്കൊപ്പം കുഞ്ഞിക്കുരുവിയും തിരികെ പുഴക്കരയിലെത്തി. തന്റെ ദേശാടന വിശേഷങ്ങൾ പ്രിയതമയുടെ കാതിൽ ചൊല്ലാൻ അവൻ വെമ്പുകയായിരുന്നു. എന്നാൽ പുഴക്കരയാകെ പാറിനടന്നിട്ടും അവന് അവളെ കണ്ടെത്താനായില്ല.

തന്റെ പ്രണയിനി തന്നെ വരവേൽക്കാൻ ഇനി അവിടെയില്ലെന്ന സത്യം അവൻ വേദനയോടെ തിരിച്ചറിഞ്ഞു. പ്രണയം നഷ്ടപ്പെട്ടതോർത്ത് ഒന്നു കരയാൻ പോലും അവന് കഴിഞ്ഞില്ല. കാരണം, ദേശാടനക്കിളികൾ കരയാറില്ലല്ലോ!.

അച്ഛൻ

എല്ലാ പ്രതിസന്ധികളെയും ധീരമായി തരണം ചെയ്ത് അയാൾ തന്റെ ജീവിതയാത്ര തുടർന്നു കൊണ്ടിരുന്നു. വീണുപോകുമെന്ന് തോന്നിയ എത്രയോ നിമിഷങ്ങൾ... കാലം ഏറെ കടന്നുപോയിരിക്കുന്നു. ഇപ്പോൾ ആ യാത്ര ദീർഘദൂരം പിന്നിട്ടിരിക്കുന്നു. അയാൾ തീർത്തും അവശനായിക്കഴിഞ്ഞു. എത്ര ശ്രമിച്ചിട്ടും അയാളുടെ കാലുകൾ മുന്നോട്ട് നീങ്ങുന്നില്ല. ഒടുവിൽ, ക്ഷീണിതനായി അയാൾ ആ പാതിവഴിയിൽ തളർന്നു വീണു.

മറ്റു യാത്രക്കാർ അയാളെ ശ്രദ്ധിക്കാതെ കടന്നുപോയ്ക്കൊണ്ടിരുന്നു. നിസ്സഹായനായി അയാൾ അവരെ നോക്കി. ആരും അയാളെ ഗൗനിച്ചതേയില്ല. അവശതയോടെ അയാൾ ചുറ്റുമൊന്ന് കണ്ണോടിച്ചു. ആശ്വാസമായി ഏതെങ്കിലും ഒരു കൈ തനിക്ക് നേരെ നീളുന്നുണ്ടോ? എവിടെ? ആരെയും കാണുന്നില്ല! മുൻപ് തന്റെ കൈപിടിച്ച് എഴുന്നേറ്റു നിന്നവർ പോലും അവിടെങ്ങുമില്ല. 'എല്ലാവരും ഒരുപക്ഷേ എന്നെക്കാൾ ഒരുപാട് ദൂരം മുന്നോട്ട് പോയിട്ടുണ്ടാകാം,' അയാൾ ആശ്വസിക്കാൻ ശ്രമിച്ചു.
തന്റെ യാത്ര വളരെ പതുക്കെയായിരുന്നുവല്ലോ. വഴിയിൽ തളർന്നു വീണവർക്കൊക്കെ കൈകൊടുത്തും, അവർക്ക് മുന്നോട്ടുള്ള യാത്രയ്ക്ക് വേണ്ട ഊർജ്ജം പകർന്നു നൽകിയുമാണ് താൻ

നടന്നത്. "നീ വെറുമൊരു വിഡ്ഢിയാണ്" എന്ന് പലരും പരിഹസിക്കുന്നത് അയാൾ കേട്ടിട്ടുണ്ട്. എങ്കിലും തന്റെ ചുമലിലെ ബന്ധങ്ങളുടെ ഭാണ്ഡങ്ങൾ അയാൾക്ക് ഒരിക്കലും ഒരു ഭാരമായി തോന്നിയിരുന്നില്ല. തനിക്ക് വേണ്ടി മാത്രം ജീവിക്കണമെന്ന ചിന്ത ഒരിക്കൽ പോലും അയാളിലുണ്ടായിരുന്നില്ല. യാത്രയുടെ മധ്യേ എപ്പോഴോ കൂടെക്കൂട്ടിയ ഊന്നുവടി,
ഒരു ഭാരത്തേക്കാൾ ഉപരി അയാൾക്കൊരു താങ്ങായി മാറി.

അയാൾ അരികിൽ കിടന്ന ഊന്നുവടിയിൽ മുറുകെ പിടിച്ചു. അയാളുടെ നിസ്സഹായത കണ്ട് ആ ഊന്നുവടിയുടെ ഹൃദയം പിടഞ്ഞു. അവൾ അയാളെ ആശ്വസിപ്പിച്ചുകൊണ്ട് പറഞ്ഞു: "നോക്കൂ... ഞാനെന്ന ഊന്നുവടിയാണ് നിങ്ങളെ ഇത്രയും ദൂരം എത്തിച്ചതെന്ന് നിങ്ങൾ വിശ്വസിക്കുന്നുണ്ടാകാം. പക്ഷേ സത്യമെന്താണെന്ന് അറിയുമോ? നിങ്ങളില്ലായിരുന്നെങ്കിൽ എനിക്ക് കിടന്നിടത്തുനിന്ന് ഒന്നു ചലിക്കാൻ പോലും ആകുമായിരുന്നില്ല."

"വിഷമിക്കേണ്ട, നിങ്ങൾ തോളിലേറ്റിയ ഈ ഭാണ്ഡങ്ങൾ ഒരിക്കലും വെറുതെയാകില്ല. അവയിൽ നിന്നും നിങ്ങൾക്ക് തീർച്ചയായും ആശ്വാസം ലഭിക്കും." പ്രത്യാശയോടെ അയാൾ അവളെ നോക്കി. അവൾ ആത്മവിശ്വാസത്തോടെ പുഞ്ചിരിച്ചു. "ഈ ചുമലുകളിൽ നിങ്ങൾ മൂല്യമില്ലാത്തതൊന്നും ചുമന്നിട്ടില്ല. ആ ഭാരത്തിന്റെ വില നിങ്ങളിലൂടെ ഞാനും അറിയുന്നുണ്ടായിരുന്നു. നമ്മെ തളർത്തുന്ന

ഒന്നും ആ ഭാണ്ഡങ്ങൾ ഇതുവരെ നമുക്ക് നൽകിയിട്ടില്ല."

അയാൾ നിശബ്ദനായി അവൾ പറയുന്നത് കേട്ടിരുന്നു. അവൾ തുടർന്നു: "ദയവായി ഇനി ആ ഭാണ്ഡങ്ങളൊന്ന് തുറന്നു നോക്കൂ..."

അയാൾ പതുക്കെ ആ ഭാണ്ഡക്കെട്ടുകൾ ഓരോന്നായി തുറന്നു. സന്തോഷത്താൽ അയാളുടെ കണ്ണുകൾ വിടർന്നു. അതിശയത്തോടെ അയാൾ ഊന്നുവടിയെ നോക്കി. അവൾ അയാളെ നോക്കി പുഞ്ചിരിച്ചുകൊണ്ട് അരികിലേക്ക് ഒന്നുകൂടി ചേർന്നിരുന്നു പറഞ്ഞു: "നിങ്ങൾ അറിഞ്ഞില്ലെങ്കിലും ഞാൻ അറിയുന്നുണ്ടായിരുന്നു, ദിവസങ്ങൾ കഴിയുന്തോറും ഈ ഭാണ്ഡങ്ങളുടെ ഭാരം കുറഞ്ഞുവരികയായിരുന്നുവെന്ന സത്യം."

"യാത്രയ്ക്കിടയിൽ വീണുപോയവർക്ക് നിങ്ങൾ നൽകിയ ഓരോ കൈത്താങ്ങും നിങ്ങളും അവരും മാത്രമേ അറിഞ്ഞുള്ളൂ എന്നാണ് നിങ്ങൾ കരുതിയത്. എന്നാൽ നിങ്ങളുടെ തോളിലിരുന്ന ഈ ഭാണ്ഡങ്ങളും അതെല്ലാം കാണുന്നുണ്ടായിരുന്നു. അവരും നിങ്ങളെപ്പോലെയാകാനും, ഒരിക്കൽ നിങ്ങൾക്ക് വേണ്ടി ഇതെല്ലാം ഏറ്റെടുക്കാനുമുള്ള കാത്തിരിപ്പിലായിരുന്നു. ഇപ്പോൾ ആ സമയം സമാഗതമായിരിക്കുന്നു."

അതുകേട്ട് സന്തോഷത്താൽ അയാളുടെ കണ്ണുകൾ നിറഞ്ഞൊഴുകി. അയാൾ കഴിഞ്ഞ കാലങ്ങളിലേക്ക്

ഒന്ന് തിരിഞ്ഞു നോക്കി. "സ്വന്തം കാര്യം നോക്കി ബുദ്ധിപൂർവ്വം ജീവിച്ചു കൂടേ" എന്ന് ഉപദേശിച്ചവർ ഇത് കാണുന്നുണ്ടോ? ഭാവിയിലേക്കായി എന്തെങ്കിലും കരുതി വെക്കണമെന്ന് പറഞ്ഞവർ അറിയുന്നുണ്ടോ, ഞാൻ എനിക്കായി കരുതിവെച്ച ഈ വലിയ സമ്പാദ്യത്തെക്കുറിച്ച്?
അപ്പോൾ അയാളുടെ തോളിലെ ഭാണ്ഡങ്ങൾ ഓരോന്നായി താഴെ ഇറങ്ങി
അയാൾക്ക് മുന്നിൽ വന്നു നിന്നു. അവർ ആ ഊന്നുവടി വാങ്ങി അയാളുടെ കയ്യിൽ ചേർത്തു പിടിച്ചുകൊണ്ട് പറഞ്ഞു: "ഒരാൾ താങ്ങാകുമ്പോൾ, മറ്റൊരാൾ തണലായി മാറും."

അവർ അയാളെ നെഞ്ചോട് ചേർത്തു പിടിച്ചു. അത് കണ്ട് ഊന്നുവടിയുടെ കണ്ണുകളും സന്തോഷത്താൽ നിറഞ്ഞു. ഇത്രയും കാലം അയാൾ ചുമന്ന ഭാരം എത്രയായിരുന്നുവെന്ന് അവൾക്കറിയാമായിരുന്നു. കാലം എന്നും കൃത്യമായ കണക്ക് സൂക്ഷിക്കുന്നു. കർമ്മത്തിനനുസരിച്ച് ആ കണക്കുപുസ്തകത്തിൽ ലാഭവും നഷ്ടവും രേഖപ്പെടുത്തപ്പെടും.

അയാളെയും ആ ഊന്നുവടിയെയും താങ്ങിക്കൊണ്ട് അയാളുടെ വലിയ സമ്പാദ്യങ്ങൾ (മക്കൾ) യാത്ര തുടർന്നു. അയാൾ എവിടെയാണോ നിർത്തിയത്, അവിടെനിന്നും ഒട്ടും മാറ്റമില്ലാതെ...
കാലചക്രത്തിലൂടെ ആ യാത്ര തുടർന്നു കൊണ്ടേയിരുന്നു. വിതച്ചതെല്ലാം

കൊയ്തെടുക്കാൻ കഴിയുന്ന മുണ്ടകപ്പാടം തന്നെയാണ് ജീവിതം. നല്ലത് വിതച്ചാൽ എന്നും നല്ലത് തന്നെ കൊയ്തെടുക്കാം

www.ingramcontent.com/pod-product-compliance
Lightning Source LLC
LaVergne TN
LVHW090329210926
848480LV00004B/1344